अपयश: एक नवा प्रारंभ

OrangeBooks Publication

1st Floor, Rajhans Arcade, Mall Road, Kohka, Bhilai, Chhattisgarh 490020
Website: **www.orangebooks.in**

First Edition, 2026

ISBN: 978-93-7426-288-7

Price: Rs. 350.00

Printed in India

अपयश

एक नवा प्रारंभ

अपयश, समाज आणि स्वत ला पुन्हा उभं करण्याची गोष्ट

रामकृष्ण जालिंदर गायकवाड

OrangeBooks Publication
www.orangebooks.in

पुस्तकाचे शीर्षक

अपयशः एक नवा प्रारंभ

अपयश, समाज आणि स्वतःला पुन्हा उभं करण्याची गोष्ट

"हे पुस्तक वाचणं म्हणजे स्वतःच्या अपयशाच्या राखेतून स्वतःचा फिनिक्स शोधणं."

Dedicated to
(अर्पित)

हे पुस्तक माझ्या वडिलांस— ***जालिंदर गायकवाड*** —

यांच्या मेहनत, प्रामाणिकपणा आणि न बोलता शिकवलेल्या
मूल्यांना अर्पण आहे.
१९७२ च्या महाभयंकर दुष्काळात
मराठवाड्यातून चिंचवडपर्यंतचा
उपाशीपोटी चाललेला प्रवास,
रेल्वे स्थानकावर मांडलेला संसार,
रस्त्यावर केलेली मजुरी
आणि घामातून घडवलेली आमची आयुष्यं...

ज्यांनी अपयशाला कधी हार मानू दिली नाही,
ज्यांनी परिस्थितीशी झुंज देत
आम्हाला माणूस म्हणून घडवलं —अशा माझ्या बापास
हे पुस्तक कृतज्ञतेनं समर्पित.
त्यांनी कधी मोठ्या गोष्टी सांगितल्या नाहीत, पण त्यांच्या
आयुष्याने, मला सगळ्यात मोठा धडा दिला

— मेहनत शांत असावी, मात्र निष्ठा ठाम असावी.

अपयश आलं तरी हार मानायची नाही, यश आलं तरी
माणुसकी सोडायची नाही — हे मी शब्दांत नव्हे, तर त्यांच्या
कृतीतून शिकलो.
आज मी जे काही आहे, ते त्यांच्या प्रामाणिक आयुष्याचं
प्रतिबिंब आहे.

Acknowledgements
(कृतज्ञता)

हे पुस्तक एका व्यक्तीचं नसून अनेक हातांनी आणि अनेक मनांनी घडलेलं आहे.

सर्वप्रथम माझ्या **कुटुंबाचे** — ज्यांनी माझ्या प्रत्येक टप्प्यावर विश्वास ठेवला आणि शांततेतही माझी घालमेल ओळखली.

RGFS टीमचे — ज्यांनी केवळ काम नाही, तर मूल्यं जपली. ग्राहकांचे अनुभव, प्रश्न आणि संघर्ष यांनी या पुस्तकाला वास्तवाचा पाया दिला.

माझ्या मार्गदर्शकांचे — ज्यांनी चुका दाखवल्या आणि त्या सुधारण्याची हिंमत दिली.

मित्रांचे आणि शुभेच्छुकांचे — जे कठीण काळात कमी बोलले, पण योग्य वेळी ठामपणे सोबत उभे राहिले.

आणि **समाजाचे** — कारण समाजाने विचारायला लावलेले प्रश्नच या पुस्तकाचं कारण ठरले.

या पुस्तकातील प्रत्येक शब्दामागे अनेक अनुभव, अनेक आवाज आणि अनेक अश्रू दडलेले आहेत.

सर्वांचे मनः पूर्वक आभार.

पुस्तक का वाचावे?

संपूर्ण जीवनात प्रत्येकाला कधी ना कधी अपयशाचा सामना करावा लागतो. पण अपयश म्हणजे केवळ निराशा आणि हताशतेचा मार्ग नव्हे, तर नव्या सुरुवातीचा संकेत असतो. याच अपयशातून आपण शिकू शकतो, सुधारू शकतो आणि सर्वात महत्त्वाचं म्हणजे, आपलं जीवन पुन्हा एकदा नवीन दृष्टिकोनातून पाहू शकतो. यासाठी आपल्याला त्या अपयशाशी कसं झुंजावं, ते कसं आपल्या विकासासाठी वापरावं हे समजून घ्यायला हवं.

पुस्तकाच्या प्रत्येक प्रकरणात अशा अनेक गोष्टी दिल्या आहेत, ज्या आपल्याला अपयशाच्या आघातावर मात करण्यासाठी मार्गदर्शन करतात. 'अपयश: एक नवा प्रारंभ' हे पुस्तक आपल्याला सांगते की, अपयशात असलेला निराशेचा अंधार फक्त एक टप्पा आहे, आणि प्रत्येक टप्प्यावर एक नवा सूर्योदय आहे.

अपयशाला आपल्या समाजात, कुटुंबात आणि वैयक्तिक आयुष्यात नकारात्मक दृष्टीने पाहिलं जातं. या पुस्तकातून मी दाखवण्याचा प्रयत्न करतो की अपयश टाळण्याची गोष्ट नाही, तर समजून घेऊन स्वीकारण्याची प्रक्रिया आहे. हे पुस्तक म्हणजे अपयशाबाबत असलेल्या चुकीच्या समजुतींना आव्हान देण्याचा एक प्रयत्न आहे – समाज, कुटुंब आणि वैयक्तिक

पातळीवर ते कसं स्वीकारावं आणि बदलात रूपांतरित करावं हेच मी मांडण्याचा प्रयत्न करतो.

या पुस्तकात यशाच्या मार्गावर अडचणी येणार आहेत, परंतु त्यावर योग्य दृष्टिकोन आणि मानसिकतेचा वापर केल्यास आपण त्या सर्व अडचणींवर मात करू शकतो. प्रत्येक प्रकरणात दिलेल्या लघुकथा आणि उदाहरणांमधून तुम्हाला त्या धड्यांचे थेट अनुभव घेता येतील. अपयशाच्या अंधारात कसा प्रकाश शोधावा, यावर अनेक विचार आणि विचारधारांवर आधारित मार्गदर्शन आहे.

ज्याप्रमाणे आपल्याला आयुष्याच्या एका पायरीवर पोहोचण्यासाठी अपयशाचं तोंड पहावं लागतं, त्याचप्रमाणे प्रत्येक संकटाच्या पाठोपाठ एक नवा धडा शिकायला मिळतो. हे पुस्तक तुम्हाला दाखवते की, आत्मविश्वास, संघर्ष, आणि समजून उमजून जीवनाच्या अडचणींवर विजय मिळवता येतो. जर तुम्ही या कथा फक्त वाचल्या नाहीत, तर मनापासून समजून घेतल्या आणि त्यातून शिकवण घेतली, तर तुमचं जीवन अधिक सकारात्मक, समृद्ध आणि आशावादी होईल.

आपण अपयशापासून पळतो, लपवतो किंवा लाजतो – पण या पुस्तकातून मी सांगतोय की अपयश ही कमजोरी नाही — तीच खरी शिकवण आहे – जर ती मनापासून समजून घेतली तर.

अपयश हा मार्गदर्शक असावा — जीवनाच्या शेवटाचा निर्णय नव्हे. हे पुस्तक एक प्रेरणा देते की **निराशेच्या अंधारातही आशेचा प्रकाश असतो आणि आपल्याला त्याच प्रकाशाकडे चालत जाणे आवश्यक आहे.**

रामकृष्ण गायकवाड यांच्याद्वारे मनोगत

प्रिय वाचक,

अपयश...

हा शब्द ऐकला की बहुतेकांच्या मनात भीती, लाज, निराशा आणि थांबलेलं आयुष्य उभं राहतं. समाज अपयशाकडे अजूनही संशयाने पाहतो. समाजात अपयशाला आजही 'कमजोरी,' 'अयोग्यता' किंवा 'शेवट' मानलं जातं. पण माझ्या वैयक्तिक आयुष्यातील अनुभवांनी आणि **RGFS (Ram Gaikwad Finserv Pvt Ltd)** च्या प्रवासाने मला एक गोष्ट ठामपणे शिकवली —

अपयश म्हणजे शेवट नाही; तो बदलाचा पहिला संकेत असतो.

या पुस्तकाच्या प्रारंभात मी आपल्याला एक महत्त्वाचा विचार सांगू इच्छितो, जो प्रत्येकाच्या जीवनात एकदातरी समोर येतो – *अपयश.* जेव्हा आपल्याला अपयश येते, तेव्हा त्याचे परिणाम मानसिक आणि भावनिक दृष्टिकोनातून खूप गंभीर होऊ शकतात. तथापि, मला असं वाटतं की अपयश म्हणजे शेवट नाही, तर हे एक शिकण्याची, पुन्हा उभे राहण्याची आणि नव्याने आपला मार्ग शोधण्याची संधी आहे. मी स्वतःत्याचा अनुभव घेतला आहे, आणि त्याच अनुभवांमधून हे पुस्तक आकार घेत आहे.

जन्मापासून मरणापर्यंत प्रत्येकाने काही न काही अपयश अनुभवलेच आहे. आपण जितके खंबीर होऊन त्याचा सामना करतो, तितकेच आपले यश अधिक स्थिर आणि अर्थपूर्ण बनते. या पुस्तकाच्या माध्यमातून मी तुम्हाला फक्त अपयशाच्या दृष्टीकोनाने मार्गदर्शन करणार नाही, तर त्यावर कसे मात करावी, त्यापासून कसे शिकावे, आणि त्यातून आपली मानसिकता कशी बदलावी हे देखील शिकविण्याचा प्रयत्न करणार आहे. अपयशाला आपल्या समाजात, कुटुंबात आणि वैयक्तिक आयुष्यात नकारात्मक दृष्टीने पाहिलं जातं. या पुस्तकातून मी दाखवण्याचा प्रयत्न करतो की अपयश टाळण्याची गोष्ट नाही, तर समजून घेऊन स्वीकारण्याची प्रक्रिया आहे.

या पुस्तकाचे मुख्य उद्दिष्ट हे आहे की, अपयश हा फक्त एक क्षणिक अनुभव आहे. आपण त्याला मोठा आणि जड असा टाकून ठेवू शकतो, किंवा आपण त्यास एक शिका आणि पुढे चालण्याची प्रेरणा मानू शकतो. *यश* हे केवळ आपल्याकडून मिळवलेले काहीतरी नाही, तर हे आपली मानसिकता, धैर्य, आणि पुढे जाऊन शिकण्याची वृत्ती यांच्या आधारावर होणारे एक दीर्घकालीन प्रगतीचे ठिकाण आहे.

या पुस्तकाच्या प्रत्येक भागात मी अपयशाच्या विविध पैलूंवर चर्चा केली आहे. प्रत्येक विचार, प्रत्येक उदाहरण, आणि प्रत्येक उपक्रम तुम्हाला जीवनाच्या कठीण प्रसंगांना समजून त्यावर योग्य उपाय शोधण्यासाठी मदत करेल. अपयशामुळे आपला आत्मविश्वास हरवणे, कुटुंबीयांचा दबाव, मानसिक विकार, आणि त्यावर उपाययोजना या सर्व गोष्टींवर मी मार्गदर्शन केले आहे.

RGFS ही संस्था केवळ आर्थिक सल्ला देण्यासाठी उभी राहिलेली नाही. ती लोकांच्या आर्थिक *आणि* मानसिक प्रवासाची साक्षीदार आहे. गेल्या अनेक वर्षांत हजारो लोकांच्या कथा माझ्यासमोर उघड्या झाल्या — कर्जात अडकलेले उद्योजक, बाजारात नुकसान सहन करणारे गुंतवणूकदार, अपयशी व्यवसायानंतर आत्मविश्वास हरवलेली माणसं, आणि "लोक काय म्हणतील?" या भीतीत निर्णय न घेणारे असंख्य चेहरे.

या प्रत्येक कथेमध्ये एक समान धागा होता — **अपयश माणसाला मोडू शकतं, पण योग्य समज दिली तर तेच अपयश माणसाला घडवतं.**

हे पुस्तक लिहिण्याची प्रेरणा केवळ लेखक म्हणून नव्हे, तर एक मार्गदर्शक, एक शिकणारा आणि स्वतःअपयश अनुभवलेला माणूस या भूमिकेतून आली आहे. माझ्या आयुष्यातही असे अनेक टप्पे आले जिथे निर्णय चुकले, अपेक्षा मोडल्या आणि लोकांचे गैरसमज सहन करावे लागले. पण प्रत्येक वेळी अपयशाने मला एकच प्रश्न विचारला — ***थांबणार की बदलणार?***

RGFS च्या तत्त्वज्ञानात एक गोष्ट कायम ठाम आहे —
Discipline over Emotion. Process over Panic. Long-term over Short-term. (भावना नव्हे, शिस्त.गडबड नव्हे, प्रक्रिया.आज नव्हे, उद्याचं भविष्य). हीच तत्त्वं या पुस्तकात शब्दांच्या रूपात उतरली आहेत.

हे पुस्तक प्रेरणादायी घोषवाक्यांचा संग्रह नाही. हे पुस्तक आहे—अपयशाची वस्तुस्थिती समजून घेण्याचा प्रयत्न, समाज–कुटुंब–मनावर होणाऱ्या परिणामांची प्रामाणिक चिकित्सा, आणि सर्वांत महत्त्वाचं — पुन्हा उभं राहण्याची दिशा.

जर हे पुस्तक वाचताना तुम्हाला वाटलं, "हे माझ्याबद्दलच लिहिलंय," तर समजा हे पुस्तक तुमच्यापर्यंत पोहोचलं आहे. कारण **अपयश सार्वत्रिक आहे, पण त्यातून उभं राहणं हा निर्णय वैयक्तिक असतो.**

माझी मनापासून विनंती आहे – या पुस्तकातील प्रत्येक विचार तुमच्याशी संवाद साधेल, अशी माझी आशा आहे. पण तो संवाद तेव्हाच खरा ठरेल, जेव्हा तुम्ही तो तुमच्या आयुष्यात उतरवून जगाल. तिथेच खऱ्या यशाचा आरंभ होतो.

धन्यवाद.

आपला मित्र,

- रामकृष्ण गायकवाड

फिनिक्स भरारी – राखेतून स्वप्नांपर्यंत

पावसात भिजलेली झोपडपट्टी. अरुंद गल्ली. पत्र्याच्या घरांमधून झिरपणारा अंधार.

आणि त्या अंधारात उभा असलेला एक लहान मुलगा.

डोळ्यांत स्वप्नं. पोटात भूक. आणि मनात एकच प्रश्न —**"हेच का माझं आयुष्य?"**

कधी कधी आयुष्य इतकं कठोर असतं की माणसाला जगायचं नसतं,फक्त तग धरायचा असतो.

तो मुलगा एका झोपडपट्टीत (आनंदनगर) जन्मला. पावसाळ्यात घरात पाणी साचायचं. उन्हाळ्यात भिंती तापायच्या. हिवाळ्यात अंग गोठायचं.

वडील मजूर. आई घरकाम करणारी. दिवसभराची मजुरी, रात्री थकलेलं शरीर आणि उद्याच्या जेवणाची चिंता — हेच त्या घराचं वास्तव होतं.

पण त्या घरात एक मुलगा होता जो रोज शाळेत जाताना उंच इमारती पाहायचा आणि मनात म्हणायचा —

"एक दिवस मीही या इमारतीत काम करणार...फक्त चपराशी म्हणून नाही... मालक म्हणून!"

स्वप्न आणि संघर्ष

कॉलेज संपलं. नोकरी शोधायला सुरुवात झाली. इंटरव्ह्यू... नकार. पुन्हा इंटरव्ह्यू... पुन्हा नकार.

एका मित्राच्या सांगण्यावरून तो एका मोठ्या कंपनीत गेला. डोळ्यांत स्वप्नं. ओठांवर आत्मविश्वास. मनात आशा. पण काही मिनिटांतच निर्णय झाला.

"Sorry, you are not selected."

त्या एका वाक्यानं फक्त नोकरी नाकारली नव्हती...त्याचं स्वप्न, त्याचा आत्मसन्मान, आणि त्याची ओळख सगळीच कोसळली होती.

त्या दिवशी तो बराच वेळ रेल्वे स्टेशनवर बसून राहिला.लोक येत होते, जात होते... गाड्या सुटत होत्या... पण त्याचं आयुष्य जणू थांबलं होतं.

मनात एकच प्रश्न घुमत होता —**"मी खरंच काहीच नाही का?"**

अंधार

नोकऱ्या मिळेना. पैसे संपले. लोकांच्या नजरा बदलू लागल्या.

"इतकं शिकून काय उपयोग?", "अमुकचा मुलगा बघ, किती पुढे गेलाय!" "तू मात्र अजूनही काहीच नाहीस!"

हे शब्द टोचत नव्हते... ते जखमा करत होते.

एक वेळ अशी आली की त्याला स्वतःवरच विश्वास उरला नव्हता. रात्री उशाशी डोळे पुसत तो स्वतःलाच विचारायचा —

“हेच का माझं आयुष्य? दारिद्र्य, अपयश आणि लोकांचे टोमणे... एवढंच?”

राखेतून जन्म

एका रात्री तो आरशासमोर उभा राहिला.समोर थकलेला चेहरा. डोळ्यांत अपयशाची राख.

आणि स्वतःलाच म्हणाला — **“जर आज मी हरलो,तर उद्या माझं आयुष्य मला कधीच माफ करणार नाही.”**

त्या क्षणी त्याने निर्णय घेतला. **थांबायचं नाही.हार मानायची नाही.**

तो शिकायला लागला. पैशांचं ज्ञान. गुंतवणूक. बिझनेस. स्वतःला घडवणं.

लोक हसत होते. टोमणे मारत होते. “काय करणार हा?” “स्वप्नं पाहून कोण श्रीमंत झालंय?”

पण तो चालत राहिला. **एकटा.....शांत......ठाम.....**

भरारी

आणि एक दिवस... तोच मुलगा ज्याला कधी नोकरी नाकारली होती, आज स्वतःलोकांना संधी देतो.

तोच मुलगा जो कधी स्टेशनवर बसून रडला होता, आज हजारो लोकांच्या आयुष्याला दिशा देतो.

तोच मुलगा जो झोपडपट्टीत जन्मला होता, आज करोडोंच्या व्यवसायाचा मालक आहे.

तो हरला नव्हता. तो घडत होता. तो अपयशी नव्हता. तो तयार होत होता.

राखेतून उडणारी भरारी...

तुम्ही आत्ताच जी कथा वाचली,ती केवळ एका व्यक्तीची गोष्ट नाही. ती प्रत्येक त्या माणसाची गोष्ट आहे — जो कधी तरी हरला आहे, तुटला आहे,

आणि तरीही उभा राहण्याचं धैर्य ठेवतो.

फिनिक्स पक्षी राखेतून जन्म घेतो, असं म्हणतात.माणूसही तसाच असतो. अपयशाची राख अंगावर झटकून जो पुन्हा उभा राहतो, तोच खरा विजेता असतो.

ही कहाणी आहे माझी स्वतःची...

जी आपणास "**फिनिक्स भरारी – Slum to Millionaire**" या माझ्या आत्मचरित्रात्मक पुस्तकात सविस्तर वाचायला मिळेल.

ही केवळ यशाची गोष्ट नाही. ही आहे अपयशावर मात करून स्वतःचं आयुष्य घडवणाऱ्या एका सामान्य माणसाची असामान्य भरारी.

"अपयश म्हणजे शेवट नाही...अपयश म्हणजे पुनर्जन्माची सुरुवात."

अनुक्रमणिका

भाग - १
अपयश म्हणजे नेमकं काय?
What exactly is Failure?

प्रकरण 1: अपयशाची व्याख्या

1. अपयश – प्रत्येकाच्या दृष्टिकोनातून वेगळं

“मी अपयशी ठरलो...” — हे वाक्य आपण अनेकदा ऐकतो. पण खरंच अपयश म्हणजे काय? हे एका रेषेत मोजता येईल असं नाही. कारण प्रत्येकाची उद्दिष्टं वेगळी, अपेक्षा वेगळ्या, आणि त्यांचं मोजमाप करण्याचा दृष्टिकोनही वेगळा असतो.

एका विद्यार्थ्यासाठी ९०% गुण मिळवणं म्हणजे यश असू शकतं, तर दुसऱ्यासाठी तेच गुण अपयश वाटू शकतात – जर त्याची अपेक्षा ९५% ची असेल. एखाद्या उद्योजकासाठी व्यवसाय बंद होणं हे अपयश वाटू शकतं, पण दुसऱ्यासाठी त्यातून शिकून दुसऱ्या यशस्वी व्यवसायाची सुरुवात करणं हे पुढचं पाऊल असतं.

अपयश म्हणजे काय? प्रत्येकाच्या दृष्टीने त्याचा अर्थ वेगळा असतो. एखाद्यासाठी नोकरी मिळवणे हे यश असू शकते, तर दुसऱ्यासाठी तीच नोकरी मिळवूनही अपेक्षित पगार न मिळणे हे अपयश ठरू शकते.

2. अपयश म्हणजे अपेक्षित परिणाम न मिळणे

अपयशाची सर्वसामान्य व्याख्या म्हणजे – "आपण ज्या गोष्टीसाठी प्रयत्न करतो, त्या अपेक्षित पद्धतीने घडून येत नाही."

म्हणजेच, उद्दिष्ट आणि प्रत्यक्ष मिळालेला परिणाम यामध्ये फरक पडतो तेव्हा 'अपयश' अशी भावना निर्माण होते.

उदाहरणार्थ, तुम्ही एखाद्या नोकरीसाठी अर्ज करता, तयारी करता, मुलाखत देता – पण अंततः निवड होत नाही. तिथे तुमच्या मेहनतीला योग्य उत्तर मिळालं नाही, असं वाटतं, आणि मनात ‘अपयशाची भावना निर्माण होते.

पण इथे थांबून विचार केला पाहिजे – अपयश म्हणजेच तुमचं मूल्य नाही, किंवा तुमच्यात काही कमी आहे असं नव्हे. अनेकदा अपयश हे बाह्य घटकांमुळे, वेळेच्या चुकांमुळे किंवा चुकीच्या दृष्टीकोनामुळेही होतं.

3. अपयश हा वैयक्तिक, सामाजिक आणि मानसिक अनुभव आहे.

अपयश ही फक्त एक घटना नसते.तो एक भावनिक अनुभव असतो — जो कधी कधी आपली ओळखच बदलून टाकतो.

(अ) वैयक्तिक स्तरावर:

आपल्याला स्वतःकडून ज्या अपेक्षा असतात, त्या पूर्ण न झाल्या की आपण स्वतःला दोष देतो. "मी पुरेसा चांगला नाही," "मी कधीच यशस्वी होणार नाही" अशा भावना मनात येतात.

(ब) सामाजिक स्तरावर:

समाजही यश-अपयशाचे मोजमाप करतो. जर एखाद्याने "सुरुवातीला दोन व्यवसाय फसवले" असं म्हटलं, तर समाज लगेच त्याला अपयशी ठरवतो. पण त्याच व्यक्तीने पुढे एक यशस्वी उद्योग उभारला, तर त्याला 'यशस्वी उद्योजक' म्हणून गौरव मिळतो. म्हणजेच अपयश हे स्थायी लेबल नसून क्षणिक अनुभव आहे.

(क) मानसिक परिणाम:

अपयशामुळे आत्मविश्वास कमी होतो, चिंता वाढते आणि आत्ममूल्यांकन बदलते. काही वेळा ही भावना दीर्घकाळ टिकते आणि मनात खोलवर रुतून बसते. म्हणूनच अपयशावर सकारात्मक दृष्टिकोनातून विचार करणं महत्त्वाचं असतं.

4. अपयश — एक टप्पा, अंतिम ठिकाण नाही

अनेकदा आपण अपयशाला अंतिम निकाल समजतो – पण खरं म्हणजे तो एक टप्पा आहे, प्रवासातील एक अनुभव.

थॉमस एडिसनने विजेचा बल्ब शोधताना हजार वेळा प्रयत्न केले. प्रत्येक प्रयोग फसल्यावर त्याला अपयशी ठरवलं गेलं. पण त्याचं उत्तर होतं – "मी अपयशी झालो नाही, मी हजार मार्ग शोधले जे चालत नाहीत."

हा दृष्टिकोनच आपल्याला शिकवतो की अपयश हा अंत नाही, तर पुढच्या यशाची तयारी आहे.

5. अपयश म्हणजे शिकण्याची संधी

जर एखादा खेळाडू सामने हरतो, तर तो त्याच्या चुका शोधतो– कुठे कमी पडलो, काय सुधारता येईल? त्यानंतर तो अधिक चांगली तयारी करतो. त्याचप्रमाणे, आपलं अपयश हीसुद्धा स्वतःकडे बघण्याची आणि सुधारण्याची संधी असते.

अपयश आपल्याला खाली खेचण्याऐवजी पुढच्या वेळेस जास्त सजग बनवतं. आपल्या क्षमतेची खरी कसोटी ही अपयशानंतर उभं राहण्यात आहे.

6. आत्मपरीक्षणासाठी प्रश्न

हे प्रश्न स्वतःला विचारून तुम्ही अपयशाकडे सकारात्मक दृष्टीने पाहण्यास प्रारंभ करू शकता:

1. **मी शेवटच्यांदा अपयश काय मानलं?**
   - ती घटना कोणती होती?
   - त्यावेळी माझ्या अपेक्षा काय होत्या?

2. **त्या अनुभवातून मी काय शिकले/शिकलो?**
   - काही गोष्टी मी चुकल्या होत्या का?
   - मला यापुढे काय वेगळं करता येईल?
3. **त्या अपयशामुळे माझ्या विचारांमध्ये, वागण्यात काय बदल झाला?**
4. **जर तो प्रसंग पुन्हा आला, तर मी काय वेगळं करेन?**

उपसंहार:

अपयश ही फक्त एक 'थांबलेली पायरी' आहे, 'अंतिम मजल' नव्हे. यश आणि अपयश हे आयुष्याच्या प्रवासात हातात हात घालून येतात. अपयशाचं खरं मोल तेव्हाच उमगते, जेव्हा आपण त्याला शिक्षक मानतो. कारण जिथे अपयश असतं, तिथे प्रगतीची वाट असते — फक्त ती ओळखण्याची नजर लागते.

लघुकथा: "स्वप्नं मोडली... की रुजतात"

सौरभ, पुण्याचा एक मध्यमवर्गीय युवक. त्याचे वडील बँकेत क्लर्क होते आणि आई गृहिणी. लहानपणापासूनच सौरभ हुशार, अभ्यासू आणि शांत स्वभावाचा. इंजिनिअरिंगची प्रवेश परीक्षा म्हणजे त्याच्या आयुष्यातील सगळ्यात मोठं टार्गेट. वडिलांनी पगारातून पैसे काढून त्याला सर्वोत्कृष्ट क्लासेसमध्ये घातलं. घरच्यांनीही खूप आशा ठेवल्या. परीक्षा आली. सौरभने प्रचंड मेहनत घेतली – दिवसरात्र अभ्यास, टेस्ट सिरीज, गाईडन्स. सगळ्यांच्या अपेक्षा आभाळात पोचलेल्या. पण निकालाच्या दिवशी... सर्व काही उलटं झालं.

सौरभला अपेक्षित रँक मिळालीच नाही. तो IIT चा कटऑफ पार करू शकला नाही. त्याच्यासाठी, आणि घरच्यांसाठी, तो दिवस काळासारखा होता. वडिलांचे डोळे पाणावले. आई काही न बोलता स्वयंपाकघरात गेली. आणि सौरभ? तो स्वतःला अपयशी समजत होता. 'मी एवढा अभ्यास करूनही यशस्वी होऊ शकलो नाही... आता माझं काही होणार नाही' – ही भावना मनात घर करून बसली.

पण... एक दिवस सौरभनं स्वतःला आरशात पाहिलं आणि स्वतःलाच विचारलं – "हेच शेवट आहे का?"

तो उठला. त्यानं स्वतःला एक नवा टप्पा दिला. IIT नाही जमलं, पण तो थांबला नाही. त्यानं दुसऱ्या महाविद्यालयात प्रवेश घेतला. अभ्यासाबरोबरच त्यानं वेगवेगळ्या टेक्नॉलॉजी प्रोजेक्ट्सवर काम करायला सुरुवात केली. बघता बघता त्याचे अनेक प्रोजेक्ट्स सोशल मीडियावर व व्हायरलिटी (virality) मिळवत गेले. कॉलेज संपताना त्याला एका मोठ्या स्टार्टअपकडून ऑफर मिळाली.

पण त्याने तिथेच थांबण्याचा निर्णय घेतला नाही. काही वर्षांनंतर त्याने स्वतःची कंपनी सुरू केली – आणि आज 'सौरभ' हे नाव देशातील आघाडीच्या तरुण उद्योजकांमध्ये गणलं जातं.एका मुलाखतीत जेव्हा त्याला विचारलं गेलं, "**IIT ला न गेल्याचं वाईट वाटतं का?**"

तो हसला आणि म्हणाला – "त्या वेळी वाटायचं, हेच आयुष्याचं सगळ्यात मोठं अपयश आहे. पण आज जाणवतं – ते अपयश नव्हतंच, ते तर माझ्या यशाची सुरुवात होती."

या कथेतून काय शिकता येईल?

- अपयश कायमस्वरूपी नसतं, तो केवळ एक वळण असतो.
- अपयश तुम्हाला नव्या मार्गावर नेऊ शकतं – जर तुम्ही प्रयत्न करणे थांबवलं नाही तर.
- समाजाची, कुटुंबाची अपेक्षा जरी पूर्ण झाली नाही, तरी स्वतःकडे प्रामाणिक राहणं आणि प्रयत्न चालू ठेवणं हेच खरे यश.
- **"स्वप्नं मोडतातच... पण तीच पुन्हा रुजतात, जर तुम्ही त्यांना माती देऊन जगवायला तयार असाल तर."**

महत्त्वाचे कृती मुद्दे (Action Takeaways)

१. घटना आणि तुमची ओळख वेगळी करा. जे काही घडले किंवा जिथे अपयश आले ते लिहून काढा—पण त्यात "**मी असा आहे**" किंवा "**मी अपयशी आहे**" असे शब्द वापरू नका. त्याऐवजी, "**ही परिस्थिती अशी होती**" असे म्हणा.

२. खऱ्या वेदनेचे मूळ ओळखा. स्वतःला प्रामाणिकपणे विचारा: हे दुःख खरोखर काहीतरी गमावल्यामुळे होत आहे, की 'इतर लोक माझ्याकडे कोणत्या नजरेने बघतील' या विचारामुळे होत आहे?

३. भावनेचे रूपांतर माहितीमध्ये करा. असे तीन निर्णय शोधा जिथे तुमच्या विचार करण्याच्या पद्धतीपेक्षा तुमच्या 'भावना' अधिक वरचढ ठरल्या होत्या. ही स्वतःवर टीका नसून, भविष्यासाठी गोळा केलेली महत्त्वाची **माहिती (Data)** आहे.

४. पुढचे पाऊल उचलण्यापूर्वी थांबा. अपयशाला पूर्णविराम समजू नका, तर तो एक 'स्वल्पविराम' (Comma) आहे असे माना. घाईघाईने सुधारणा करण्याऐवजी, एक जाणीवपूर्वक विश्रांती घ्या आणि मगच पुढचा निर्णय घ्या.

५. माघार घेण्याऐवजी आत्मपरीक्षण करा. अपयशानंतर लोकांपासून दूर जाणे किंवा माघार घेणे सुरक्षित वाटते, पण त्यामुळे प्रगती थांबते. आत्मपरीक्षण करताना कदाचित थोडी अस्वस्थता वाटेल, पण त्यातूनच सकारात्मक बदल घडतो.

लक्षात ठेवा: अपयश तेव्हाच घातक ठरते जेव्हा आपण त्यातून काहीही न शिकता त्याला तसेच सोडून देतो.

प्रकरण 2: अपयश आणि अपेक्षा यांचे नाते

अपेक्षा — अपयशाची सुरुवात?

"अपयश" या शब्दामागे अनेक वेळा 'अपेक्षा' हा मूलगामी घटक असतो. म्हणजेच, एखादी गोष्ट "अपयश" वाटतेच तेव्हा–जेव्हा ती आपल्या मनातल्या कल्पनेशी, आशांशी, आकांक्षांशी जुळत नाही.

उदाहरणार्थ, परीक्षा दिल्यावर ८० गुण मिळाले तरी जर आपण ९५ ची अपेक्षा ठेवली असेल, तर ८० गुण अपयश वाटतात. पण जर ६० ची अपेक्षा असती, तर तेच ८० गुण यश मानले गेले असते.

अपयश ही बहुतेक वेळा आपल्या अपेक्षांशी निगडित असते. जेव्हा प्रत्यक्ष परिणाम आपल्या कल्पनेप्रमाणे नसतो, तेव्हा तो 'अपयश' वाटतो.

7. उच्च अपेक्षा = अधिक अपयशाची शक्यता

ज्याप्रमाणे एखाद्या पतंगाला जितकं उंच नेलं जातं, तितका तो जोरात कोसळू शकतो – त्याचप्रमाणे, अत्यंत उच्च अपेक्षा ठेवताना त्यांचं वास्तवात रूपांतर न झाल्यास अपयशाची तीव्रता अधिक जाणवते.

आपल्याला शिकवलं जातं, "स्वप्न मोठी ठेवा." पण क्वचितच शिकवलं जातं, "अपेक्षा वास्तववादी ठेवा"

मूलभूत फरक काय?

- **स्वप्न** म्हणजे प्रेरणा – जी तुमचं आयुष्य उंच नेऊ शकते.
- **अत्यंत उच्च अपेक्षा** म्हणजे भीती – जी अपयश आलं की मनाला खचवू शकते.

उदाहरण: एका विद्यार्थ्याला वाटतं की तो पहिल्या क्रमांकाने पास होणारच, पण त्याचा निकाल तिसऱ्या क्रमांकावर येतो. तो रडतो, स्वतःला दोष देतो. पण इतरांकरिता तो यशस्वी आहेच. त्याचं अपयश केवळ त्याच्या अपेक्षांमुळे त्याला 'अपयश' वाटतं.

8. समाज, पालक, शिक्षक, माध्यमे – अपेक्षांचे मूळ

अपेक्षा केवळ आपल्या मनातच निर्माण होत नाहीत. त्या अनेकदा बाहेरून आपल्यावर लादल्या जातात.

(अ) पालक व कुटुंब:

"आम्ही तुझ्यावर एवढं खर्च केलंय," "तुझं यश म्हणजे आमचं समाधान." – या प्रकारच्या वाक्यांमुळे मुलांवर अनावश्यक

अपेक्षांचं ओझं येतं. त्यांना स्वतःपेक्षा इतरांचं समाधान जास्त महत्त्वाचं वाटायला लागतं.

(ब) शिक्षक व शैक्षणिक व्यवस्था:

गुण, रँक, बोर्ड परीक्षांचे निकाल – हे सर्व 'यश' आणि 'अपयश' याच्या मोजपट्ट्या ठरवतात. 'प्रयत्न' कमी महत्त्वाचा होतो आणि 'निकाल' अत्यंत निर्णायक ठरतो.

(क) समाज आणि माध्यमं:

माध्यमांमधून सतत यशस्वी लोकांच्या गोष्टी सांगितल्या जातात–'२५ व्या वर्षी करोडपती,' '१० वी मध्ये ९९%,' '१८ व्या वर्षी स्टार्टअप' – आणि त्यामुळे सामान्य माणसाच्या आयुष्याला 'अपर्याप्ततेचं' लेबल लागायला लागतं.

ही अनाठायी अपेक्षा अपयशाचं मूळ ठरते.

9. स्वतःच्या क्षमता ओळखणे vs. इतरांच्या अपेक्षांवर जगणे

"मी कोण आहे?" आणि **"लोकांना मी कोण वाटतो?"** या दोन विचारांमधलं अंतर जितकं मोठं, तितकी अपयशाची तीव्रता अधिक.

जर एखादी व्यक्ती स्वतःच्या आवडी-क्षमता ओळखून काम करत असेल, तर यश किंवा अपयश तिच्या आत्मसन्मानावर फारसा परिणाम करत नाही.

पण जर ती फक्त समाज, पालक किंवा मित्रमंडळींच्या अपेक्षांवर जगत असेल, तर अपयश आलं की संपूर्ण आयुष्य निरर्थक वाटायला लागतं.

उदाहरण: एखाद्या मुलीला कला क्षेत्रात करिअर करायचं आहे, पण पालकांनी सांगितलं की 'डॉक्टरच व्हा.' ती वैद्यकीय शिक्षणात प्रवेश घेते, पण नंतर तिची गुदमरलेली मानसिकता, परीक्षा नापास होणं आणि आत्मविश्वास गमावणं – हे तिच्या आयुष्यात अपयश घेऊन येतं. कारण तिने स्वतःची क्षमता नव्हे, तर इतरांची अपेक्षा निवडली होती.

10. अपेक्षा योग्य असतील, तर अपयश कमी बोचतं

अपेक्षा पूर्ण टाळता येत नाहीत, पण त्या *जागरूकपणे निवडता* येतात. स्वतःच्या क्षमतांनुसार, परिस्थितीचा अंदाज घेऊन जर अपेक्षा ठेवली गेली, तर अपयश देखील शिकवणूक बनतं – पराभव नव्हे.

म्हणूनच, **योग्य अपेक्षा = समतोल यश व अपयश अनुभव**.

विचार करायला लावणारे वाक्य:"Expectation is the mother of disappointment." (अपेक्षा ही निराशेची जननी आहे.)

जर अपेक्षा अतिरंजित असतील, तर अपयश अपरिहार्य आहे. पण जर अपेक्षा समजूतदार आणि सुसंगत असतील, तर त्या अपयशालाही यशाच्या दिशेने वळवू शकतात.

उपसंहार:

अपयश आणि अपेक्षा यांचं नातं हे पती-पत्नीसारखं आहे – एकमेकांवर अवलंबून, पण एकत्र जगायचं असेल तर समजूत लागणं गरजेचं.

अपेक्षा ठेवाव्यातच – पण त्या *संपूर्ण सत्याच्या* आधारे. कारण अपेक्षा जितक्या वास्तवात असतील, तितकी अपयशाची चवही कडवट वाटत नाही – ती संधीसारखी वाटते.

लघुकथा: "अपूर्वाचं उत्तर"

अपूर्वा जोशी, एक मध्यमवर्गीय मुलगी. लहानपणापासूनच अभ्यासात चांगली, घरच्यांची लाडकी, आणि शेजाऱ्यांची "आदर्श मुलगी." तिचे आई-वडील शिक्षक होते, आणि त्यांची एकच अपेक्षा होती – "अपूर्वा डॉक्टरच होणार!"

१० वी, १२ वी मध्ये तिचे गुण चांगले आले. NEET साठी कोचिंग सुरू झाले. पण जसजशी स्पर्धा वाढली, अपूर्वाचं लक्ष विचलित होऊ लागलं. दर आठवड्याला येणाऱ्या टेस्टमध्ये तिचं स्कोअर घसरत होतं. आई-वडीलांनी तिला अजून क्लासेस लावले, अजून वेळ बसायला लावला. पण तिचं मन त्या अभ्यासात लागत नव्हतं.

एका रात्री अभ्यास करता करता ती आईला म्हणाली, “आई, मला डॉक्टर व्हायचं नाहीये. मला Clinical Psychology शिकायचं आहे.”

आई चिडली, “हे काय नवीन हट्ट? सगळे डॉक्टरच व्हायला पाहिजेत. समाजात नाव होईल, पैसा मिळेल. तू आमचं स्वप्न मोडशील का?”

अपूर्वा गप्प बसली. NEET ची परीक्षा दिली, पण अपयशी ठरली. कटऑफच्या खालोखाल गुण आले.

तिच्या अपयशाने सगळं घर शोकमग्न झालं. आई-वडील दुःखी, नातेवाईक टोमणे देणारे. अपूर्वाला मनात वाटायचं, “मी कुठे चुकले?”

पण एक दिवस, तिने शांतपणे स्वतःच्या डायरीत लिहिलं –

“हे अपयश नाही... हे माझं स्वतःला शोधण्याचं उत्तर आहे.”

तिने स्वतःच्या आवडीने B.A. Psychology ला प्रवेश घेतला. पहिल्याच वर्षी तिने एका मुलांमधील चिंता आणि अभ्यासदबावावर रिसर्च पेपर सादर केला. पुढे तिने Clinical Psychology मध्ये Masters, आणि नंतर स्वतःचं काउंसलिंग सेंटर सुरू केलं – जे पालक आणि विद्यार्थ्यांना मानसिक दबावातून बाहेर पडायला मदत करतं.

आज तिच्या आई-वडिलांना अपूर्वाचा गर्व वाटतो.

ती डॉक्टर झाली नाही, पण **"मानसोपचार" देणारी एक समजूतदार व्यक्ती"** झाली – आणि अनेक "अपेक्षांच्या जाळ्यात अडकलेल्या" मुलांचं आयुष्य बदलू लागलं.

या कथेतून काय शिकता येईल?

- इतरांच्या अपेक्षांवर जगताना आपण स्वतःला हरवतो.
- अपयश कधी कधी तुमच्या खरी ओळखीचा आरंभ असतो.
- अपेक्षा तुमच्या आवडीनुसार असतील, तर अपयश जरी आलं, तरी पुन्हा उभं राहता येतं.
- समाज काय म्हणेल हे विसरून, “**मी कोण आहे?**” हा प्रश्न विचारणं महत्त्वाचं आहे.

प्रकरण 3: अपयश आणि यश – दोन टोकं की एकाच प्रवासाचे भाग?

बहुतेक वेळा समाज, पालक, आणि आपण स्वतःही "यश" आणि "अपयश" यांना दोन परस्परविरोधी टोकं मानतो – जणू काही यश मिळालं म्हणजे अपयश नाही, आणि अपयश आलं म्हणजे यश नाहीच! पण वास्तव वेगळं आहे. यश आणि अपयश ही एकाच प्रवासातील दोन अपरिहार्य वळणं आहेत.

जसं समुद्रकिनाऱ्यावर पोहोचण्यासाठी वादळं पार करावी लागतात, तसं अंतिम यश मिळवण्यासाठी अपयशांची परीक्षा द्यावी लागते.

आपण अपयश आणि यश यांना विरोधी टोकं समजतो. पण खरे पाहता, हे दोघे एकाच प्रवासातील दोन टप्पे आहेत.

1. यश म्हणजे अंतिम बक्षीस नसून, प्रक्रियेतील एक टप्पा

आपण यशाकडे नेहमी 'शेवटचा टप्पा' म्हणून पाहतो. पण खरंतर, यश ही एक **प्रक्रिया** आहे – जी *सातत्य, चुकांमधून शिकणं,* आणि *स्वतःला सुधारत राहणं* या गोष्टींचं संकलन असते.

उदाहरणार्थ, एखादा लेखक जर पहिले ४ पुस्तकं अपयशी गेल्यावर ५ वं पुस्तक प्रसिद्ध झाल्यावर यशस्वी झाला, तर यश त्या पाचव्या पुस्तकात नसून – त्या पाच पुस्तकांच्या **प्रक्रियेत** आहे.

यश म्हणजे 'एक दिवशी मिळणारं काहीतरी' नव्हे; यश म्हणजे 'रोज प्रयत्न करणं, शिकलं जाणं, आणि वाढत जाणं.'

2. अपयश हे यशाची पूर्वशिक्षा आहे

एखादा एग्झॅम फेल होणं, एखादा बिझनेस बंद पडणं, नोकरी गमावणं – ही सगळी 'अपयश' वाटतात. पण त्यातून जर माणूस *स्वतःला अधिक समजून घेतो, चुका ओळखतो, सुधारतो*, तर तेच अपयश पुढील यशाची तयारी बनतं.

एडिसनचं उदाहरण – प्रेरणादायक सत्य

"I didn't fail 1000 times. I discovered 1000 ways that didn't work."

– थॉमस एडिसन

एडिसनने १००० वेळा अयशस्वी प्रयोग केले. पण त्यानं त्याला 'अपयश' मानलं नाही. त्याच्या दृष्टिकोनात, प्रत्येक अयशस्वी प्रयोग हा 'न शिकण्यासारखा मार्ग' ओळखण्याचा एक टप्पा होता.

हा दृष्टिकोन यशाकडे नेतो. अपयश आलं तरी जे लढतं, शिकतं, आणि पुन्हा उभं राहतं – त्यालाच शेवटी यश मिळतं.

3. कोणत्याही मोठ्या यशामागे असंख्य अपयश लपलेले असतात

आपण जेव्हा एखाद्या व्यक्तीचं यश पाहतो – तेव्हा आपण *त्याचा विजय मंचावरचा क्षण* पाहतो, पण *त्यामागची मेहनत, संघर्ष, आणि अपयशांच्या कहाण्या* आपण विसरतो.

भारतीय संदर्भातील उदाहरण:

ए. पी. जे. अब्दुल कलाम – भारताचे माजी राष्ट्रपती आणि शास्त्रज्ञ. त्यांना अनेक वेळा शाळेतून कमी गुण मिळाल्याने शिक्षकांनी नाकारले, संरक्षण प्रकल्पांमध्ये अनेक रॉकेट लाँच फेल गेले. पण त्यांनी हार न मानता काम सुरूच ठेवलं. शेवटी ISRO आणि DRDO मध्ये त्यांच्या नेतृत्वाखाली भारतानं मोठ्या यशाचं शिखर गाठलं.

ते स्वतः म्हणत –

"अपयश हे यशाच्या पहिल्या पायरीसारखे असते."

4. अपयश न घेतल्यास यश कधीच टिकत नाही

यश हे अपयशांशिवाय मिळालं, तर ते अनेकदा **थांबत नाही, टिकत नाही.** कारण त्यामागे जीवनशैली, मानसिक ताकद, सहनशक्ती यांचा विकास झालेला नसतो.

अपयश माणसाला:

- वास्तवाचं भान देतं
- अहंकार कमी करतं
- संकटात निर्णय घेण्याची शिस्त शिकवतं

जेव्हा यश सहज मिळतं, तेव्हा माणूस सगळं गृहीत धरतो. पण अपयशातून आलेल्या यशाचं मोल अधिक जाणवतं – आणि म्हणूनच ते टिकतं.

5. अपयश आणि यश – स्पर्धक नव्हे, सहकारी

यश आणि अपयश हे एकमेकांचे विरोधक नाहीत. ते *स्पर्धक* नाहीत, ते *सहकारी* आहेत. एकमेकांशिवाय त्यांचं अस्तित्वच अधुरं आहे.

उदाहरण:

- एखादा धावपटू शर्यतीत हरल्यावर रडतो, पण दुसऱ्या दिवशी तो लवकर उठून पुन्हा सराव सुरू करतो – हेच त्याचं खऱ्या यशाचं बीज असतं.
- एक कलाकार जेव्हा अनेक चित्र प्रदर्शनात नाकारला जातो, पण अखेरीस एक चित्र नावाजलं जातं. – त्यावेळी त्याचं यश त्याच्या 'नाकारणं' या अपयशावर उभं असतं.

उपसंहार:

यश आणि अपयश ही दोन वेगळी टोकं नाहीत — ते एकाच नाण्याच्या दोन बाजू आहेत. कोणत्याही क्षेत्रात यशस्वी व्हायचं असेल, तर अपयशाची साथ घेतल्याशिवाय ते शक्य होत नाही.अपयश हा शेवट नाही — तो शिकण्याची सुरुवात आहे.आणि यश हे "शेवटचा मुक्काम" नाही; ते "सातत्याचा परिणाम" आहे.

लघुकथा: "विनायकचा प्रवास"

विनायक, एका लहानशा गावात राहणारा, सामान्य शेतकरी कुटुंबातला मुलगा. लहानपणापासून अभ्यासात मध्यम, पण जिद्दी आणि मेहनती. त्याच्या वडिलांचं स्वप्न – "आपला विन्या इंजिनियर व्हायला पाहिजे."

१२ वी नंतर विनायकने पुण्यात इंजिनियरिंगला प्रवेश घेतला. घरून आर्थिक पाठबळ कमी होतं. दिवस काम करून, रात्री अभ्यास करत त्याने शिक्षण पूर्ण केलं. पण नशिबाची परीक्षा सुरूच होती.

पहिल्या वर्षी तो नापास झाला.

आईचा फोन आला, "पोरींमध्ये लक्ष घालतोयस का?"

मित्र म्हणाले, "तू नाही जमणार रे! गावी ये."

विनायक गप्प बसला. तुटलेला, खचलेला, पण पूर्णपणे हरलेला नाही.

पुन्हा अभ्यास सुरू केला. त्यानं स्वतःच्या चुका शोधल्या – टाइम मॅनेजमेंट, बेसिक संकल्पनांची उणीव, वाचनाचा अभाव. एक एक करुन सुधारलं.

पुढील तीन वर्षांत तो एकदाही नापास झाला नाही. शेवटच्या वर्षी युनिव्हर्सिटीमध्ये टॉप १० मध्ये नाव आलं.

त्याच्या प्रोजेक्टवर आधारित एक छोटा स्टार्टअप सुरू केला. सुरुवातीला त्यालाच तोटे झाले – फंडिंग नाही, ग्राहक नाहीत. पण त्याला माहिती होतं – "हे अपयश नाही, ही तयारी आहे."

पाच वर्षांत त्याचा स्टार्टअप ग्रामीण भागासाठी सौरऊर्जेवर आधारित उपाय देणारा भारतातला एक अग्रगण्य उपक्रम बनला. आज त्याच गावात वीज, इंटरनेट आणि रोजगार पोहोचवणाऱ्या योजनेचं नाव **"विनायक ऊर्जा फाउंडेशन"** आहे.

त्याच्या गावात आता मुले म्हणतात –

"अपयश म्हणजे हार नव्हे – ती पुढच्या यशाची तयारी असते."

या कथेतून काय शिकता येईल?

- अपयश हे अंतिम नाही.

- यश एका दिवसात मिळत नाही, ते रोजच्या चुकांमधून घडतं.
- स्वतःच्या प्रवासावर विश्वास ठेवला, तर कोणतंही अपयश यशात बदलू शकतं.

प्रकरण 4: अपयशाचे प्रकार – वैयक्तिक, शैक्षणिक, आर्थिक, सामाजिक

प्रस्तावना:

सर्व अपयशं सारखी नसतात. त्यांचे स्वरूप, कारणं आणि परिणाम यामध्ये मोठा फरक असतो. एखाद्या व्यक्तीसाठी नोकरी जाणं आर्थिक अपयश असू शकतं, तर दुसऱ्यासाठी नोकरी असूनही स्वतःमध्ये आत्मविश्वास नसणं हे वैयक्तिक अपयश असू शकतं.

अपयशाच्या स्वरूपाचं वर्गीकरण केल्यास आपल्याला त्यामागचं कारण समजायला मदत होते, आणि त्या विशिष्ट पातळीवर उपाय शोधता येतो.

सर्व अपयश एकसारखे नसतात. प्रत्येक क्षेत्रात अपयशाची वेगवेगळी रूपं असतात आणि त्यांचे परिणामही वेगळे असतात.

१. वैयक्तिक अपयश (Personal Failure)

स्वरूप:

- स्वतःबद्दल अपुरी समज
- चुकीचे निर्णय घेणे
- आत्मविश्वास गमावणे
- वैयक्तिक संबंधांमध्ये अपयश

उदाहरण:

राहुल हा खूप बुद्धिमान विद्यार्थी. पण त्याने चुकीच्या मित्रांसोबत वेळ घालवला, स्वतःकडे दुर्लक्ष केलं, आणि हळूहळू त्याचा आत्मविश्वास ढासळला. परीक्षेत कमी गुण आले. पण त्याचं मूळ कारण त्याचं **स्वतःबद्दलचं अपयश** होतं.

परिणाम:

- मानसिक अस्थिरता
- नैराश्य
- निर्णयक्षमता कमी होणे

उपाय:

- आत्मचिंतन
- योग्य मार्गदर्शन घेणे
- व्यक्तिमत्त्व विकासावर लक्ष देणे

२. शैक्षणिक अपयश (Academic Failure):

स्वरूप:

- परीक्षेत नापास होणे
- चुकीचा अभ्यासक्रम किंवा करिअर निवडणे
- शैक्षणिक उद्दिष्ट गाठण्यात अपयश

उदाहरण:

प्रिया ही विज्ञान शाखेत प्रवेश घेतलेली विद्यार्थिनी. पण तिला प्रत्यक्षात कला आणि लेखनाची अधिक आवड होती. तिच्या

वडिलांच्या आग्रहाखातर तिने विज्ञान निवडलं, पण तिचा आत्मविश्वास कमी होत गेला. शेवटी ती दोनदा नापास झाली.

परिणाम:

- आत्मसंतोषाचा अभाव
- फेल्युअरचा ठसा आयुष्यभर राहणे
- करिअरकडे उदासीनता

उपाय:

- स्वतःच्या आवडीनुसा
- र करिअर निवड
- अपयशानंतर दुसरा पर्याय शोधणे
- काउंसलिंगचा लाभ घेणे

३. आर्थिक अपयश (Financial Failure):

स्वरूप:

- उत्पन्नापेक्षा जास्त खर्च
- कर्जबाजारी होणे
- व्यवसाय किंवा नोकरीतील नुकसान

उदाहरण:

अमोलने एका नवीन व्यवसायात मोठी गुंतवणूक केली. पण प्लॅनिंगचा अभाव आणि अनुभव नसल्यामुळे व्यवसाय अयशस्वी झाला. त्याला कर्ज घ्यावं लागलं, आणि काही वर्षं त्याचं आर्थिक आयुष्य अडचणीत गेलं.

परिणाम:

- आर्थिक ताण, मानसिक तणाव
- कुटुंबातील संघर्ष
- समाजात कमीपणाची भावना

उपाय:

- योग्य आर्थिक नियोजन
- संधीचा पुन्हा अभ्यास करून नवीन प्रयत्न
- अपयशातून शिकून आर्थिक शिस्त अंगीकारणे

सामाजिक अपयश: समाजाकडून नाकारले जाणे, प्रतिष्ठेवर आघात

४. सामाजिक अपयश (Social Failure):

स्वरूप:

- समाजात नाकारले जाणे
- प्रतिष्ठा घसरणे
- संबंध तुटणे

उदाहरण:

नंदिनी ही एका प्रतिष्ठित घरातली मुलगी. पण एका चुकीच्या निर्णयामुळे तिच्यावर टीका झाली आणि समाजात तिला 'नाकारले' गेले. बराच काळ तिने स्वतःला एकटं केलं. पण कालांतराने तिने सामाजिक कार्यात स्वतःला झोकून दिलं आणि पुन्हा प्रतिष्ठा मिळवली.

परिणाम:

- सामाजिक एकाकीपणा
- आत्मसन्मान घटणे
- जगण्याची प्रेरणा कमी होणे

उपाय:

- आत्मविश्वास टिकवणे
- चुकीचं कलंक मानण्याऐवजी अनुभव मानणे
- समाजाचा दृष्टिकोन बदलवण्यासाठी कृतीशील असणे

प्रत्येक अपयशाचे मानसिक आरोग्यावर परिणाम वेगळे असतात:

अपयशाचा प्रकार	संभाव्य मानसिक परिणाम
वैयक्तिक	आत्मविश्वास घटणे, अपराधगंड
शैक्षणिक	न्यूनगंड, भविष्याबद्दल भीती
आर्थिक	चिंता, तणाव, क्रोध
सामाजिक	सामाजिक एकाकीपणा, लाज

आत्मपरीक्षणासाठी प्रश्न:

- माझ्या आयुष्यात मला सर्वात जास्त कुठल्या प्रकारचं अपयश वाटलं आहे?
- त्या अपयशामुळे माझ्या मनावर कोणते परिणाम झाले?

- मी त्या अपयशातून बाहेर येण्यासाठी काय केलं?
- मी आज त्या अनुभवांकडे कशा दृष्टीने पाहतो/पाहते?

उपसंहार:

अपयश हे सार्वत्रिक आहे – पण त्याची रूपं व्यक्ती, वेळ आणि परिस्थितीनुसार वेगळी असतात. त्याला नाव देणं म्हणजे त्याच्याशी सामना करण्याची सुरुवात होय.

प्रत्येक प्रकारच्या अपयशावर उपाय आहे – फक्त आपल्याला त्याचं स्वरूप समजून घेतलं पाहिजे, आणि स्वतःला वेळ, समज, आणि योग्य दिशा द्यावी लागते.

लघुकथा: "शुभमचा आठवणींचा आरसा"

(चारही प्रकारचे अपयश – वैयक्तिक, शैक्षणिक, आर्थिक, सामाजिक – एकत्र दाखवणारी कथा)

शुभम, एका मध्यमवर्गीय कुटुंबातील मुलगा. वडील शिक्षक, आई गृहिणी. लहानपणापासून सर्वांना वाटायचं की शुभम "हुशार मुलगा आहे," तो मोठं काहीतरी करेल.

शुभमला पण तसं वाटायचं... पण त्याला स्वतःबद्दल नेमकी समज नव्हती. हीच झाली त्याची **पहिली चूक – वैयक्तिक अपयश**.

१२ वी नंतर सगळ्यांनी सांगितल्यामुळे त्याने इंजिनिअरिंगला प्रवेश घेतला. पण तो स्वतः कलेच्या क्षेत्रात जायला उत्सुक होता. पहिल्याच वर्षी तो दोन विषयांत नापास झाला.

शैक्षणिक अपयश त्याच्या पहिल्यांदाच अंगावर आला.

आईच्या डोळ्यात पाणी आलं.वडील रागात म्हणाले, "हेच शिकण्यासाठी एवढा खर्च केला होता का?", वडील चिडले. मित्र चिडवायला लागले –

"इतकं डोकं लावून काय उपयोग? फेलच झालास!"

शुभम खचला. घरच्यांच्या दबावाखाली त्याने शिक्षण सोडलं. काही वर्षांनी त्याने एक छोटा मोबाइल रिपेअरिंगचा व्यवसाय सुरू केला. सुरुवातीला चाललं, पण आर्थिक नियोजन न करता घेतलेलं कर्ज, आणि चुकीच्या माणसांवर ठेवलेला विश्वास यामुळे व्यवसाय अडचणीत आला.

कर्ज वाढलं. दुकान बंद करावं लागलं.

आर्थिक अपयश त्याच्या आयुष्यात धडकून आलं.

तेव्हापासून गावात लोक म्हणायला लागले,

"काय उपयोग त्या शिकण्याचा? बाप शिक्षक, पण पोरगा... काहीच नाही."

शुभम कुठल्याही लग्नात, कार्यक्रमात जाऊ लागला की लोक तिरस्काराने पाहू लागले.

सामाजिक अपयश ही त्याच्या आयुष्याचा भाग बनलं.

एका रात्री तो शांत बसून विचार करत होता.

हातात चहा, समोर आई-वडिलांचा फोटो आणि शेजारी एक कोरा कागद.

तो स्वतःलाच विचारत होता –

"हे सगळं माझं अपयश आहे का? की ही फक्त चुकांची शृंखला आहे, ज्यातून मी शिकलो नाही?"

त्या रात्री त्याने एक गोष्ट लिहायला सुरुवात केली – स्वतःच्या अनुभवांवर आधारित.

थोड्याच महिन्यांत त्याची ती कथा लोकांच्या मनाला भिडली. मग त्याने ब्लॉग सुरू केला. त्याचं लेखन प्रसिद्ध झालं.

काही वर्षांत शुभम एक यशस्वी लेखक आणि प्रेरणादायक वक्ता बनला.

शेवटी तो म्हणाला:

"माझं आयुष्य म्हणजे एक आरसा आहे – ज्यात चारही प्रकारचं अपयश दिसतं...

पण त्या आरशाच्या तुकड्यांमधून मी माझा खरा चेहरा पाहिला."

शिकण्यासारखं:

- अपयश कोणतंही असो, ते तुमची ओळख नाही.
- प्रत्येक अपयश शिकवतो – बशर्ते तुम्ही त्याकडे पाहायला तयार असाल.
- आयुष्याच्या सर्व तुकड्यांना जोडता आलं, तर तेच यशात बदलू शकतं.

प्रकरण 5: अपयशाच्या व्याख्येत बदल हाच सुरुवातीचा बदल

5.1 अपयशाच्या व्याख्या बदलल्या पाहिजेत

अपयश हा शब्द जेव्हा आपल्याला ऐकायला येतो, तेव्हा बहुतेक वेळा एक नकारात्मक भावना मनात येते – "आम्ही

कमी आहोत." समाजात अपयशाचे जे प्रमाण आहे, ते बहुतेक वेळा पराभव किंवा कमीपणाचं प्रतीक म्हणून घेतले जाते.

पण खरे पाहता, **अपयश म्हणजे 'आपण कमी आहोत' हे मानणं चुकीचं आहे.**

अपयश हा एक 'सुधारणेचा' संकेत असावा, जो आपल्याला शिकवतो की आपल्याला आणखी किती सुधारता येईल आणि कोणते अडथळे ओलांडता येतील. त्यामुळे आपल्याला अपयशाकडे फक्त एक शिकण्याची संधी म्हणून पाहायला हवं.

याविषयी विचार करताना, आपल्याला हे लक्षात घेणे गरजेचं आहे की, आपल्याला अपयशाचा सामना केल्यावर त्याचे नवे अर्थ समजायला लागतात. एक 'चूक' किंवा 'अपयश' केवळ तुमचं यश यावर अवलंबून नसून, तुमच्या शिकण्याच्या प्रक्रियेचा भाग असतो.

5.2 सकारात्मक दृष्टीकोन तयार करणं आवश्यक

आपण जर अपयशाकडे एक शिक्षक म्हणून पाहिलं, तर त्याची धारणा बदलेल.

अपयश म्हणजे शिक्षक – जे तुमचं मार्गदर्शन करतं, तुम्हाला शिकवतं.

अपयश म्हणजे आरसा – जो तुम्हाला तुमच्या कमकुवत बाजू दाखवतो आणि त्या सुधारण्याची संधी देतो.

अपयश म्हणजे पुढचं पाऊल – प्रत्येक अपयशामध्ये आपल्याला नवीन शिकण्याची आणि पुढे जाण्याची संधी आहे.

आपण जेव्हा अपयशाकडे या दृष्टीकोनातून पाहू लागतो, तेव्हा आपल्याला लगेच ती नकारात्मक भावना येत नाही. याऐवजी,

त्यातून पुढे जाण्याची आणि सुधारण्याची इच्छाही निर्माण होते. यामुळे, **आपल्या विचारांची दिशा सकारात्मक बनते.**

उदाहरणार्थ, *एडिसन* यांनी एका वेळी म्हणालं होतं, "I didn't fail 1000 times, I discovered 1000 ways that didn't work." याचा अर्थ, प्रत्येक अपयशामुळे त्यांनी नव्या शक्यता शोधल्या आणि शेवटी यश मिळवलं. याचं कारण म्हणजे, ते अपयशाकडे शिक्षक म्हणून, आरसा म्हणून आणि पाऊल म्हणून पाहत होते.

5.3 आत्मपरीक्षणासाठी प्रश्न:

- मी शेवटचं कधी फेल झालो?
- त्यावेळी मी काय शिकले?
- मी त्यातून बाहेर कसा आलो?

हे प्रश्न विचारणे, आपल्याला अपयशाचं रचनात्मक आणि सकारात्मक अर्थ समजायला मदत करतं. यामुळे, आपली स्वतःची दृष्टीकोन आणि मानसिकता बदलण्यास मदत मिळते.

आत्मपरीक्षणाच्या या प्रक्रियेतून आपल्याला हे लक्षात येईल की, अपयश हे आपल्याला शिकवण्यासाठी आहे, ना की आपल्याला खाली खेचण्यासाठी. त्याच्या मागे असलेले ज्ञान आणि अनुभव वापरून आपण स्वतःला आणि आपल्या यशाला कसे आकार देऊ शकतो, हे महत्त्वाचे आहे.

भाग 1 चे सारांश:

- **अपयश ही एक प्रक्रिया आहे, अंतिम निर्णय नाही.** अपयशाला अंतिम ठराव म्हणून पाहण्याऐवजी, आपल्याला ते एक **दिशा मिळवण्याची प्रक्रिया**

मानायला हवी. प्रत्येक अपयशातून आपण काहीतरी शिकतो आणि त्याद्वारे पुढे वाढत जातो.

- **अपेक्षा आणि अपयश यांचं नातं खूप घट्ट आहे.**

  जर आपल्या अपेक्षा तर्कशुद्ध आणि वास्तविक असतील, तर अपयश तेवढं मोठं आणि वेदनादायक वाटत नाही. त्यामुळे, अपेक्षांवर पुनरावलोकन करणे आवश्यक आहे. आपल्या अपेक्षांचा ताबा घेतल्यास, अपयश एक अनुभव म्हणून घेतलं जाऊ शकतं.

- **यश आणि अपयश यामधली सीमारेषा अनुभवांवर आधारित असते.**

  यश आणि अपयश ही दोन्ही एकाच गोष्टीचे दोन्ही टोक असतात. **त्यांचं महत्त्व म्हणजे तुम्ही त्यापासून काय शिकता आणि काय साधता.**

- **विविध प्रकारचे अपयश जीवनात येतात, पण त्यातून शिकून पुढे जाणं हेच खरे यश.**

  अपयश अनेक रूपांमध्ये असू शकते – वैयक्तिक, शैक्षणिक, आर्थिक आणि सामाजिक. परंतु प्रत्येक प्रकारच्या अपयशामध्ये एक शिकवण आहे. **शिकण्याच्या प्रक्रियेतून आणि समजुतीतून मिळालेलं यश हाच खरा यश आहे.**

सारांश:

अपयश म्हणजे केवळ एक शिकवण असावी, जी आपल्याला पुढे जाण्याची संधी देते. आपण अपयशाकडे एक सकारात्मक दृष्टीकोनातून पाहू लागल्यास, त्याचं रूपच बदलून जातं. त्यासाठी आपल्या अपेक्षांची पुनर्रचना करणे आणि आपली

मानसिकता तयार करणे हे आवश्यक आहे. **अशाप्रकारे, अपयशात सुधारणेची जागा शोधून त्यातून यश गाठता येऊ शकते.**

भाग – २
अपयशाचे मानसशास्त्र
The Psychology of Failure

"मनाची हार म्हणजेच खरी हार" — या उक्तीचा गाभा तत्त्वज्ञानापेक्षा मानसशास्त्रात अधिक खोलवर आहे. अपयश हे एक बाह्य अनुभव असलं तरी त्याचा मानसिक परिणाम अत्यंत गंभीर असतो. प्रत्येक व्यक्ती अपयशाला आपल्या जीवनाचा एक भाग म्हणून घेत नाही. अपयश मनावर किती खोल परिणाम करतं, यावर विचार करणे आवश्यक आहे. या भागात, आपण अपयशाचे मानसिक, भावनिक, सामाजिक आणि व्यक्तिमत्वविकासाचे पैलू सविस्तरपणे तपासू.

1. अपयश आणि मनाची रचना

माणसाचे मन मूलतः यशाकडे झुकते, आणि यशाचं त्यात स्थान असतो. आपण ज्या गोष्टी शिकायला आणि साकारायला जातो, त्या आपल्याला यश मिळवण्यासाठी योग्य असतात. परंतु अपयश आले की त्याचा मानसिक परिणाम असतो. विशेषतः, मानसिक संरचना आणि तंत्रे केवळ यश मिळवण्यासाठी असतात, जेव्हा त्यात अडचणी येतात, तेव्हा मन घाबरू लागतं.

न्यूरोसायन्सच्या दृष्टिकोनातून – मेंदूतील **ॲमायग्डाला** (Amygdala) अपयशाचा अनुभव धोका म्हणून ओळखतो, ज्यामुळे आपल्याला भावनिक ताण आणि चिंता निर्माण होतो. दुसरीकडे, **प्रीफ्रंटल कॉर्टेक्स** (Prefrontal Cortex) आपल्याला विचारांची प्रक्रिया सुरू करण्याचा आदेश देतो – "मी काय चुकलो?" हे विचार सतत मनात येत राहतात. परंतु, ह्या विचारांमध्ये आत्मग्लानी, दोषारोपण आणि नकारात्मक भावना वाढवू शकतात.

2. इनकार आणि अस्वीकृती (Denial and Rejection)

अपयश आल्यानंतर, **इंकार** ही मनाची नैसर्गिक प्रतिक्रिया असते. "हे खरं नाही," "काळ खराब होता," "हे माझ्यामुळे

नव्हते" असे विचार आपण सहज व्यक्त करतो. हे मनाचं संरक्षण करणारे एक यंत्र असतं. याचा उद्देश म्हणजे मनात नकारात्मकतेचा प्रभाव कमी करणे, परंतु जर हे प्रतिक्रिया अधिक काळ टिकली, तर ती व्यक्तिमत्वाच्या विकासाला ठराविक अडथळा निर्माण करते.

3. आत्म-अवमूल्यन (Self-Doubt and Low Self-Esteem)

अपयशानंतर, व्यक्ती आपल्या क्षमतेवर शंका घालू लागतो. "मी काहीच करू शकत नाही" असे विचार त्याच्या मनात सुरू होतात. आत्मविश्वास कमी होतो. हे आपल्याला समजत नाही की आपल्या छोट्या चुका आणि अपयशातून आपण शिकत असतो, आणि त्यावर आपले मार्गदर्शन असतो. एक वेगळीच मानसिकता तयार होते, जिचा प्रभाव पुढे चांगल्या निर्णयांवर होतो. अपयशाच्या वारंवार अनुभवामुळे **"Learned Helplessness"** तयार होते. यामध्ये व्यक्ती प्रयत्न करणे थांबवतो, कारण त्याला असं वाटतं की त्याच्या प्रयत्नांनी काहीच होणार नाही.

4. सामाजिक तुलना आणि बाह्य दबाव

समाजाकडून येणारा दबाव आणि सोशल मीडियावर दिसणारे यशस्वी चेहेरे – हे सर्व आपल्या मानसिकतेला चांगला धक्का देऊ शकतात. "तो यशस्वी झाला, मी का नाही?" अशी तुलना आपल्याला चुकवतं. **Social Comparison Theory** नुसार, व्यक्ती आपल्या यशाचं मूल्यांकन इतरांच्या आधारावर करतो. पण याच्या वापरामुळे आपली मानसिक स्थिती हळूहळू कमकुवत होऊ शकते.

5. नैराश्य आणि मानसिक आरोग्य

सततच्या अपयशामुळे मानसिक स्थिती अधिक खराब होऊ शकते. अपयशानंतर रात्री झोप लागत नाही. डोळे मिटले की तेच प्रश्न डोक्यात घोळत राहतात. नैराश्य, चिंता, झोपेचे विकार, आत्मग्लानी आणि इतर मानसिक समस्या उद्भवू शकतात. अपयशाचे मानसिक परिणाम अति गंभीर होऊ शकतात. म्हणूनच, अपयशाच्या अनुभवांनंतर मानसिक आरोग्याची काळजी घेणं आवश्यक आहे. योग्य मानसिक उपचार आणि मार्गदर्शन हे या अवस्थेला सुधारण्यास मदत करू शकतात.

6. इगो आणि मनोबल (Ego and Identity)

अपयश आपल्या आत्मसन्मानावर मोठा आघात करतो. अनेक वेळा, अपयशामुळे **"मी अपयशी आहे"** ही भावना पेरली जाते, जी व्यक्तीच्या ओळखीवर परिणाम करते. अशा परिस्थितीत, मनोबल कमी होऊन आत्मविश्वासही हरवतो. या इगोला तोडून, व्यक्तीने स्वीकारलेलं असणं आणि चुकीचे ठरवलेल्या गोष्टींच्या बाबतीत विचार केला पाहिजे.

7. अपयशाला आपण देतो ती अर्थव्यवस्था (Meaning Making)

अपयशाच्या वेळी, व्यक्ती त्याला कसा अर्थ देतो, हे महत्त्वाचे आहे. जर त्याने अपयशाचे **सकारात्मक अर्थ** दिले, तर ते एक शिकवण आणि पुढे जाण्याची संधी म्हणून वावरणार आहे. तर नकारात्मक अर्थ दिल्यास निराशा आणि निष्क्रियता वाढू शकते. **सकारात्मक दृष्टिकोन** आपल्याला अपयशाकडे शिक्षण म्हणून पाहण्यास मदत करतो.

8. बदलाची संधी — Growth Mindset ((शिकण्याची वृत्ती)

Carol Dweck ने **Growth Mindset** चा विचार मांडला आहे. यामध्ये, यशापेक्षा **अपयश शिकण्याची संधी** आहे. जोपर्यंत आपण **Fixed Mindset** चा वापर करतो, तोपर्यंत अपयश कधीच आपल्याला प्रगती करू देत नाही. पण **Growth Mindset** मध्ये अपयश फक्त एक प्रवास असतो, जे शिकण्याचा आणि सुधारण्याचा माध्यम आहे.

9. अपयशावर उपाय — मानसशास्त्रीय धोरणे

A. Reframing – दृष्टीकोन बदलणे

अपयशाला संधी म्हणून पाहणे, **दृष्टीकोन बदलणे** ही एक उत्तम मानसशास्त्रीय रणनीती आहे. आपण अपयशात नवनवीन शिकण्याची संधी पाहिली की, तो अनुभव वेगळ्या पद्धतीने उपयोगी ठरतो.

B. Acceptance and Commitment Therapy (ACT)

ACT मध्ये आपल्याला भावनांना नाकारण्याऐवजी त्यांना स्वीकारायला शिकवले जाते. त्यानंतर आपल्याला योग्य कृती करण्यावर अधिक लक्ष केंद्रीत करण्याचा प्रयत्न केला जातो.

C. Cognitive Behavioural Therapy (CBT)

CBT मध्ये, नकारात्मक विचार ओळखून त्यांना बदलण्यावर काम केले जाते. उदाहरणार्थ, "मी अपयशी आहे" या विचाराऐवजी "मी अजून शिकत आहे" असं विचारणं हे आपल्याला अधिक सकारात्मक दिशेने घेऊन जातं.

10. आत्मचिंतन आणि स्व-स्वीकृती

अपयशाच्या वेळी, **स्वतःकडे डोळसपणे पाहणे** अत्यंत आवश्यक आहे. आपल्या चुका स्वीकारून, त्यातून शिकण्याची प्रक्रिया स्वीकारणे हे मानसिकदृष्ट्या परिपक्वतेचे लक्षण आहे. आपण जेव्हा अपयशाकडे शिकण्याच्या दृष्टिकोनातून पाहतो, तेव्हा मानसिक शांति मिळवणे सोपे होते.

11. अपयश आणि नातेसंबंध

अपयश केवळ वैयक्तिक नसतो, तो सामाजिक नातेसंबंधांवरही परिणाम करत असतो. कुटुंब आणि मित्रांची प्रतिक्रिया व्यक्तीला आधार देऊ शकते, किंवा अधिक खोल दुःखात लोटू शकते. सकारात्मक समर्थन आणि प्रेम यामुळे व्यक्ती अधिक बळकट होऊ शकतो.

12. अपयशाचे व्यवस्थापन – Resilience विकसित करणे

Resilience म्हणजे मानसिक लवचिकता, ज्यामुळे व्यक्ती अपयशानंतर पुन्हा उभा राहू शकतो. यामध्ये सकारात्मक विचार, भावनिक सहकार्य, आणि सूक्ष्म उद्दिष्टे ठेवणे यांचा महत्त्वपूर्ण सहभाग आहे.

निष्कर्ष:

अपयश हे मानसिक पातळीवर खूप खोल परिणाम करतं. त्याची योग्य समज आणि **मानसशास्त्रीय दृष्टिकोनातून** त्याचं व्यवस्थापन केल्यास, ते अपयश व्यक्तीला तोडू शकत नाही. अपयशाच्या त्या शालेतून शिकून, **स्वयंविकासाची** प्रक्रिया चालू ठेवता येते.

भाग - ३
समाजातील समर्थनाचा अभाव – अपयश आणि आत्महत्येचा विचार
Lack of Social Support – Failure and Suicidal Thoughts

1. मानसिक आरोग्याचा दुर्लक्ष

समाजात मानसिक आरोग्याच्या बाबतीत जागरूकतेचा मोठा अभाव आहे. अपयश, दुःख किंवा मानसिक ताण-तणाव या परिस्थितींमध्ये व्यक्तीला मदतीची आवश्यकता असते, परंतु अशा स्थितीत त्या व्यक्तीला या गोष्टीपासून दूर ठेवण्याचे प्रमाण अधिक आहे. समाज अनेकदा "वेडा" किंवा "कमकुवत" असा लेबल लावतो... आणि त्यामुळे मदतीची दिशा गहाळ होते.

लघुकथा – "नितीनची लढाई":

नितीन एक तरुण मुलगा होता जो एक मोठा करिअर उभा करण्याच्या तयारीत होता. त्याला एक मोठ्या कंपनीत नोकरी मिळवायची होती. मात्र त्याच्या आयुष्यात दोन मोठे अपयश आले, आणि त्याने त्या क्षणांमध्ये समाजात आपल्या अपयशाचा खुलासा करण्याऐवजी ते लपवण्याचा प्रयत्न केला. त्याला मदत मिळत नसल्यामुळे त्याने मानसिक आरोग्याच्या अडचणी आणि विचारांच्या गोंधळात प्रगती केली, आणि त्याच्या मनात आत्महत्येचे विचार आले. परंतु, त्याच्या एका मित्राने त्याला मानसिक आरोग्य तज्ज्ञाकडे जाण्याचा सल्ला दिला, आणि या सल्ल्याने त्याला जीवनाची नवीन दिशा मिळवली.

शिकवण: मानसिक आरोग्याची जागरूकता आणि मदत मिळवणे ही अत्यंत महत्त्वाची आहे, विशेषतः जेव्हा समाजाच्या दबावात तुम्ही असता.

2. सामाजिक दबाव आणि अपयशाची टॅबू

समाजाने 'यश' या संकल्पनेला मोठे महत्त्व दिले आहे, त्यामुळे अपयश हे 'टॅबू' म्हणून समजले जाते. प्रत्येक व्यक्तीला काही ठराविक यशाच्या किमान निकषांनुसार तपासले जाते, जसे की आर्थिक स्थिती, करियर, आणि समाजातील मान्यता. जर

एखाद्या व्यक्तीने अपयशाचा सामना केला, तर त्या व्यक्तीला कमी लेखले जाते, आणि त्यावर सामाजिक दबाव निर्माण होतो.

लघुकथा – "विवेकच्या अपयशाची किंमत":

विवेक एका मोठ्या कॉर्पोरेशनमध्ये कार्यरत होता. त्याला पुढे जाण्याची खूप इच्छा होती, पण त्याला प्रत्येक वेळी प्रमोशन मिळत नव्हते. त्याचे सहकारी त्याच्या अपयशावर हशा करत होते, आणि समाजाचा त्याच्या कामावर विश्वास उचलला. या दबावामुळे विवेकने आत्महत्येचा विचार केला. परंतु, त्याच्या एकात्मिक कुटुंबाने त्याला प्रोत्साहन दिले, आणि त्याने तिथून बाहेर पडून स्वतःच्या आयुष्यावर नियंत्रण ठेवले.

शिकवण: समाजाच्या समजाने आणि दबावामुळे लोक मानसिक ताणाच्या स्थितीत जातात. त्यांना स्वतःची वर्तवणूक किंवा स्थिती बदलण्याची संधी मिळाल्यास त्यांना त्यातून बाहेर पडता येते.

3. कुटुंबाचे महत्त्व

कुटुंबाची भूमिका अपयशाच्या काळात अत्यंत महत्त्वाची असते. अपयशामुळे शारीरिक आणि मानसिक ताण निर्माण होतो, आणि त्यावर कुटुंबाचं समर्थन अत्यंत आवश्यक आहे. जर कुटुंबीयांनी सकारात्मक दृष्टिकोन ठेवला आणि धैर्य दिलं, तर व्यक्तीला पुनःसंचयित होण्यासाठी मदत होऊ शकते.

लघुकथा – "अर्चनाचे संघर्ष":

अर्चना एका महाविद्यालयात शिकत होती, पण तिच्या परीक्षेत तिला अपयश आले. ती घरी गेल्यावर तिला कुटुंबीयांचा विरोध झाला, ज्यामुळे ती अधिक नैराश्यात गेली. परंतु तिच्या आईने तिला मदतीचा हात दिला आणि सांगितले की, हे फक्त एक

धडा आहे. यामुळे अर्चनाला परत धैर्य मिळालं आणि तिने पुढे जाऊन उत्तम यश मिळवले.

शिकवण: कुटुंबीयांच्या आधाराने व्यक्ती अपयशाला तोंड देऊन त्यावर मात करू शकतो.

4. सामाजिक समर्थन – मानसिक तणावावर उपचार

समाजाच्या स्तरावर मानसिक ताणावर चर्चा आणि उपाययोजना अत्यंत आवश्यक आहेत. जर लोकांना समाजिक आणि मानसिक आधार मिळाला, तर त्यांना अपयशामुळे होणाऱ्या मानसिक ताणावर उपचार मिळू शकतात.

लघुकथा – "आरतीची संघर्षगाथा":

आरती एक IT प्रोफेशनल होती जी एक मोठ्या कंपनीत काम करत होती. तिच्या कामात अपयशामुळे तिला मानसिक तणाव, चिंता आणि नैराश्य आले. समाजात तिच्या मित्रांमध्ये तिला आधार मिळाला नाही. परंतु एका मानसिक तज्ञाच्या सहाय्याने आणि सहकार्याने तिने मानसिक ताणावर नियंत्रण ठेवले आणि आत्मविश्वास परत मिळवला.

शिकवण: समाजाने आणि मानसिक आरोग्य तज्ञांनी लोकांना मानसिक तणावावर उपचार मिळवण्यासाठी चांगली जागरूकता निर्माण करायला हवी.

5. मार्गदर्शन, उपचार आणि समजून घेण्याची गरज

मानसिक आरोग्याच्या दृष्टीकोनातून, योग्य मार्गदर्शन आणि उपचार हे अत्यंत महत्त्वाचे आहेत. व्यक्तीला आपल्या भावना आणि अपयशांवर चर्चा करण्याची आणि मार्गदर्शन घेण्याची आवश्यकता असते. यामुळे व्यक्तीला त्याच्या मानसिक आणि भावनिक समस्यांवर नियंत्रण मिळवता येते.

लघुकथा – "राजची नवीन आशा":

राज एक तरुण उद्योजक होता जो विविध अपयशाचा सामना करत होता. त्याच्या कुटुंबाने त्याला एक मानसिक तज्ञाकडे घेऊन जाऊन तिथे त्याने भावनिक रूपाने मदत घेतली. त्याने आपली परिस्थिती समजून घेतली आणि त्यातून शिकण्याची प्रक्रिया सुरू केली. त्याला आत्मविश्वास मिळाला आणि त्याच्या अपयशाला एक नवीन दिशा मिळाली.

शिकवण: योग्य मार्गदर्शन आणि मानसिक उपचारामुळे व्यक्तीला तणाव, नैराश्य आणि अपयशावर मात करण्याची क्षमता मिळवता येते.

निष्कर्ष:

समाजाच्या दृष्टीकोनातून मानसिक ताणावर चर्चा आणि जागरूकता आवश्यक आहे. कुटुंबीयांनी आणि मित्रांनी योग्य मार्गदर्शन, आधार आणि सहकार्य दिल्यास व्यक्ती अपयशावर मात करू शकतो. "आत्मविश्वास, धैर्य आणि साथ" ह्या तत्त्वांवर आधारित व्यक्तीला प्रत्येक परिस्थितीत सामना करण्याची शक्ती मिळते.

भाग - ४
अपयशाचं रूपांतर
Transformation through Failure

प्रस्तावना:

प्रत्येक अपयश ही केवळ एक घटना नसते – ती एक संधी असते. संधी स्वतःकडे नव्याने पाहण्याची, स्वतःला ओळखण्याची, आणि जगात आपले योगदान कशा पद्धतीने असावे हे शोधण्याची. अपयश ही संज्ञा जितकी नकारात्मक वाटते, तितक्याच तीच्या मागे प्रेरणादायी कहाण्या दडलेल्या असतात. या भागामध्ये आपण अशाच व्यक्तींच्या कथा पाहणार आहोत – ज्यांनी अपयशाच्या ठिकाणी आत्मचिंतन, सेवा, आणि परिवर्तनाचा मार्ग निवडला.

प्रकरण 1: अपयशातून नेतृत्वात – "अजितची संस्था"

अजितने आपल्या कॉलेजच्या शेवटच्या वर्षात एक सामाजिक संस्थेची स्थापना केली – गरीब मुलांसाठी मोफत शिक्षण पुरवण्याचा हेतू होता. सुरुवातीला गावातून उत्साह मिळाला, पण लवकरच निधी मिळेनासा झाला. बँक खातं रिकामं झालं, स्वयंसेवक निघून गेले, आणि संस्था बंद पडली.

हा पराभव अजितसाठी क्लेशदायक होता. पण त्याने ते अपयश गमावून न टाकता शिकण्याचं माध्यम बनवलं. त्याने शासकीय योजनांचा अभ्यास केला, बजेटिंग शिकला, आणि पुन्हा प्रयत्न सुरू केले. पुढे त्याने एका अपयशी शासकीय योजनेला नवीन रूप दिलं, अधिक कार्यक्षम पद्धतीने अंमलबजावणी केली आणि आज त्याच्या प्रयत्नांमुळे हजारो लोकांना रोज शिक्षण, आरोग्य आणि अन्न मिळतं.

शिकवण: अपयश म्हणजे चुका शिकण्यासाठी मिळालेली संधी असते. नेतृत्व तेव्हाच घडतं जेव्हा तुम्ही परत उभे राहता.

प्रकरण 2: अपयशातून आत्मचिंतन – "स्वप्रीलची डायरी"

स्वप्नील बँकेत अधिकारी होता. अचानक त्याची नोकरी गेली. त्याच्यावर गृहकर्ज, आईच्या औषधांचा खर्च, आणि स्वतःबद्दलची अस्वस्थता यामुळे तो कोसळला. घरातल्या खोलीत तो जवळपास वर्षभर काढला – कुणाशी संवाद नाही, बाहेर पडणं नाही.

त्या काळात त्याने लिहायला सुरुवात केली. स्वतःबद्दल, आयुष्याबद्दल. आध्यात्मिक ग्रंथ वाचायला लागला – गीता, बौद्ध तत्त्वज्ञान, आणि थोडं मानसशास्त्र. हळूहळू त्याने स्वतःचा दृष्टिकोन बदलला. आज तो एक प्रेरणादायी वक्ता आणि मानसिक आरोग्य क्षेत्रातील कार्यकर्ता आहे.

शिकवण: अपयश स्वतःकडे पाहण्याची आणि स्वतःला बदलण्याची संधी असते.

प्रकरण 3: अपयश आणि समाजसेवा – "निधीचं रूपांतर"

निधीने चार वर्ष मेहनत घेतली, पण CA परीक्षा तीन वेळा नापास झाली. तिला स्वतःवरच राग यायचा. पण एक दिवस शेजारच्या मुलाला शिकवत असताना, ती अनुभवते – "मला हे आवडतं." पुढे तिने शिकवायला सुरुवात केली आणि तिच्या पद्धतीमुळे अनेक गरीब मुले यशस्वी झाली.

आज निधीचं एक लहानसं NGO आहे जे गरीब आणि दुर्बल घटकांतील मुलांना मोफत शिक्षण पुरवतं. CA झालं नाही, पण तिने समाजात एक मोठं मूल्य निर्माण केलं.

शिकवण: अपयश तुमचं खरं आवडतं क्षेत्र उघड करू शकतं.

प्रकरण 4: अपयश आणि नातेसंबंध – "विनायक आणि संवाद"

विनायकचा घटस्फोट झाला. त्याला वाटलं, "माझं आयुष्य संपलं." नैराश्य, आत्मग्लानी, आणि एकटेपणा. पण एका मित्राच्या सल्ल्याने त्याने संवाद कौशल्यांचा अभ्यास केला. NLP, Active Listening, Couples Counseling हे सर्व त्याने शिकलं.

हळूहळू तो स्वतः बदलला. आज तो जोडप्यांना संवाद कौशल्य शिकवतो – रागाऐवजी समज, आणि तक्रारीऐवजी चर्चा यावर भर देतो.

शिकवण: नात्यांमधील अपयश हे एक नवीन समज आणि समजूतदारपणाची सुरुवात असू शकते.

प्रकरण 5: अपयशातून समाजपरिवर्तन – "फरिदाची चळवळ"

फरिदा एका ग्रामीण भागातून सामाजिक निवडणुकीत उभी राहिली – गावात महिलांच्या आरोग्य सुविधा, शिक्षण, पाणीटंचाई यावर काम करायचं होतं. पण निवडणुकीत हार पत्करावी लागली. अनेकांनी तिला सांगितलं, "राजकारण तुझ्यासाठी नाही."

तरीही तिने त्यावर काम सुरू ठेवलं. छोट्या गटांच्या बैठका, लोकसहभागातून प्रश्न सोडवणं, महिलांना प्रोत्साहन देणं – या मार्गाने ती पुढे गेली. ७ वर्षांनी तिच्याच मार्गदर्शनाखाली गावात आरोग्य केंद्र, मुलींचं शिक्षण आणि स्वच्छतेच्या पायाभूत सुविधा उभ्या राहिल्या.

शिकवण: यशासाठी सत्ता लागते असं नाही – चिकाटी आणि हेतू पुरेसा असतो.

उपसंहार:

या विभागातील कथा एक गोष्ट स्पष्ट करतात – की अपयश ही अंतिम गोष्ट नसते. अपयश म्हणजे एक नवीन संधी – आत्मचिंतनासाठी, नवा मार्ग निवडण्यासाठी, आणि समाजासाठी काहीतरी मूल्य निर्माण करण्यासाठी.

वाचकांसाठी चिंतन:

- माझ्या आयुष्यातील कोणतं अपयश माझं रूपांतर घडवू शकलं असतं?
- मी अपयशानंतर स्वतःला सुधारण्यासाठी काय पावलं उचलली आहेत?
- मी अजून कोणत्या अपयशाला सामोरं जाण्याची भीती बाळगतो आणि का?
- अपयशातून मिळालेल्या शिकवणीचा मी स्वतःच्या जीवनात उपयोग करतो का?

भाग - ५
अपयशावर मात करण्याचे व्यावहारिक उपाय
Practical Strategies to Overcome Failure

प्रस्तावना

अपयश आले की आपण खचून जातो, स्वतःला दोष देतो, किंवा परिस्थितीला शाप देतो. पण अपयशावर मात करण्यासाठी ठोस उपाय असतात – मानसिक, सामाजिक, आर्थिक आणि व्यावसायिक. या भागात आपण अशा १० ठोस उपायांची चर्चा करू, जे कोणत्याही वाचकाला वापरता येऊ शकतात. यामध्ये काही लघुकथा, उदाहरणं आणि चिंतनशील टिप्सही दिल्या आहेत.

१. अपयश स्वीकारा (Acceptance)

सिद्धांत: स्वतःशी प्रामाणिकपणे कबूल करा की काहीतरी चुकलं. दोष देण्यापेक्षा वास्तव समोर उभं करा. "माझ्याकडून चूक झाली, पण मी ती सुधारू शकतो" – हा दृष्टिकोन विकसित करा.

लघुकथा: "शुभमचा प्रोजेक्ट" शुभमचा पहिलाच व्यवसाय – एका ॲपची कल्पना – बाजारात अपयशी ठरली. त्याने सुरुवातीला दोष गुंतवणूकदार, सहकारी यांच्यावर ढकलले. पण नंतर त्याने स्वतःच्या चुका मान्य केल्या – ग्राहकांचा फीडबॅक घेतला, आणि नवीन कल्पनेवर काम करत पुन्हा एक प्रॉडक्ट यशस्वी केलं.

शिकवण: स्वतःची चूक स्वीकारल्याशिवाय सुधारणा शक्य नाही.

२. भावनिक सावरपणा (Emotional Resilience)

सिद्धांत: भावना दडपून टाकू नका. लिहा, बोला, रडा – पण बंद पडू नका. मेडिटेशन, व्यायाम, निसर्गसंपर्क – मनाला शांतता देतात.

उदाहरण: प्राचीला तिच्या ऑफिसमधून अचानक नोकरी घालवण्यात आली. तिने सहा महिने काहीच केलं नाही. शेवटी, जर्नल लिहायला सुरुवात केली, फिरायला जाऊ लागली, आणि तिच्या जुन्या फोटोग्राफीच्या छंदातून व्यवसाय सुरु केला.

शिकवण: भावना नाकारू नका – त्यांना वाट मोकळी द्या.

३. अपयशाचं विश्लेषण (Root Cause Analysis)

सिद्धांत: "नेमकं कुठे चुकलं?" हे स्पष्ट समजून घ्या. SWOT Analysis – स्वतःच्या ताकदी आणि कमजोरी ओळखा.

उदाहरण: नीलमच्या कॅफेचा व्यवसाय पहिल्या वर्षी बंद पडला. तिने सखोल विश्लेषण केलं आणि जाणवलं – तिच्या जागेची निवड चुकीची होती आणि मार्केटिंग दुर्बल होतं. दुसऱ्यांदा तीने या गोष्टींकडे लक्ष दिलं आणि यश मिळवलं.

शिकवण: डेटा आणि अनुभवाच्या आधारे पुढची दिशा निश्चित करा.

४. नवीन शिक्षण (Re-Skilling & Learning)

सिद्धांत: अपयश ही संधी आहे नवीन कौशल्य शिकण्याची. सतत शिकत राहणं ही यशाची गुरुकिल्ली आहे.

उदाहरण: इंजिनीअरिंगला अपयशी ठरलेला राकेश डिजिटल मार्केटिंग शिकून आज स्वतःची कंपनी चालवतो. त्याने ऑनलाईन कोर्सेस आणि इंटर्नशिपचा लाभ घेतला.

शिकवण: बदल स्वीकारून शिकणं – हीच यशाकडे वाट.

५. सूक्ष्म उद्दिष्टे (Micro Goals)

सिद्धांत: मोठ्या ध्येयांऐवजी छोटे, साकारता येणारे टप्पे ठरवा. प्रत्येक यश आत्मविश्वास वाढवतं.

लघुकथा: "आरतीचं वाचन" आरतीला UPSC परिक्षेचं अपयश आलं. दुसऱ्यांदा तयारी करताना तिने दररोज ३ तास वाचन, दर आठवड्याला टॉपिक टेस्ट, दर महिन्याला रिविजन अशी उद्दिष्ट ठरवली – तिला पुढच्या वर्षी यश मिळालं.

शिकवण: टप्प्याटप्प्याने वाटचाल केल्याने यश सुलभ होतं.

६. सकारात्मक सवयी (Positive Habits)

सिद्धांत: सकाळचा वेळ फक्त स्वतःसाठी ठेवा – Reading, Journaling, Planning. डिजिटल डिटॉक्सचा उपयोग करा.

उदाहरण: राहुलने 'फोन स्क्रोल' कमी करून दररोज एक तास स्वतःच्या आरोग्यासाठी, आणि एक तास शिकण्यासाठी वापरायला सुरुवात केली. ६ महिन्यांत त्याचा आत्मविश्वास आणि करिअर दोन्ही उंचावलं.

शिकवण: सवयी बदलल्या तर जीवन बदलू शकतं.

७. सामाजिक पाठबळ (Support Systems)

सिद्धांत: विश्वासू लोकांशी संवाद ठेवा. सल्लागार, गुरु, थेरपिस्ट यांचं मार्गदर्शन घ्या.

उदाहरण: किरणने स्टार्टअपमधून निघाल्यावर नैराश्य झेललं. पण त्याच्या कॉलेज मित्रांनी त्याला आधार दिला. त्यांनी त्याला नव्याने विचार करायला भाग पाडलं – आणि तो पुन्हा उभा राहिला.

शिकवण: एक सशक्त नेटवर्क तुमच्या मानसिक आरोग्याचं कवच असतं.

८. लवचिक योजना (Flexible Planning)

सिद्धांत: एकच मार्ग न ठेवता 'Plan B,' 'Plan C' तयार ठेवा. परिस्थितीनुसार योजना बदला.

उदाहरण: स्नेहा शाळेत शिक्षिका होती. कोविडच्या काळात काम गेले. तीने ऑनलाईन ट्युटोरिंग सुरु केलं आणि पुढे स्वतःचा कोर्स डेव्हलप केला.

शिकवण: योजना लवचिक ठेवल्यामुळे संकटं संधी होतात.

९. यशाची व्याख्या बदला (Redefining Success)

सिद्धांत: पैसा, पद, प्रसिद्धी हेच यश नाही. शिकणं, वाढणं, शांती – हीही यशाची लक्षणं आहेत.

उदाहरण: आशिषने कॉर्पोरेट नोकरी सोडून आदिवासी भागात शिकवायला सुरुवात केली. त्याच्या मते त्याला आता खरं समाधान आणि यश वाटतं.

शिकवण: यशाचं मोजमाप तुमचं स्वतःचं असावं.

१०. पुनरुज्जीवन कृती योजना (Rebound Plan)

सिद्धांत: एक कागदावर लिहा: 'मी कुठे आहे, कुठे जायचंय, आणि कसं?' कृती योजना तयार करा.

लघुकथा: "मीनाक्षीचं पुनर्निर्माण" नाट्यस्पर्धेत सतत अपयश मिळालं म्हणून मीनाक्षीने स्वतःची क्षमता, अभिव्यक्ती आणि भाषेवर काम केलं. तिने स्वतःसाठी योजना तयार केली – आणि पुढच्या वर्षी तिचं नाटक पारितोषिक विजेते ठरलं.

शिकवण: कृती आणि सातत्य हेच यशाचे आधार.

प्रकरण समाप्ती टिप:

या १० उपायांचा सराव केल्यास कोणत्याही प्रकारचं अपयश तुम्हाला थांबवू शकत नाही. हे उपाय तात्काळ जादू घडवत नाहीत, पण शाश्वत बदल घडवतात. ज्या व्यक्तीने या उपायांचं अनुकरण केलं आहे, ती व्यक्ती अपयशातही यश शोधू शकते.

वाचकांसाठी चिंतन व कृतीपत्रक (Reflection & Action Sheet):

1. तुमचं शेवटचं अपयश कोणतं होतं?
2. त्या अपयशात वरील १० उपायांपैकी कोणते वापरले?
3. आजपासून कोणते ३ उपाय सुरू करणार आहात?
4. तुम्ही 'यश' याला कसं परिभाषित करता?
5. तुमचा 'Rebound Plan' पुढील महिन्यासाठी काय आहे?

भाग - ६
यशाच्या दिशेने पुनर्रचना व पुनर्जन्म
Reinvention and Rebirth toward Success

प्रस्तावना

"मी पुन्हा उभा राहू शकतो का?" – हा प्रश्न प्रत्येक अपयशानंतर मनात डोकावतो. पण या प्रश्नामागे एक संधी दडलेली असते – पुन्हा नव्याने सुरुवात करण्याची, स्वतःला नव्याने घडवण्याची. जीवन म्हणजे एक प्रवाह आहे – स्थिरतेपेक्षा परिवर्तन ही त्याची ओळख आहे.

"मी संपलोय का?" – हा प्रश्न अनेकांना अपयशानंतर छळतो.

पण खरंतर, **'संपणे'पेक्षा 'सुरू होणे' हीच खरी जागा असते.**

आपलं आयुष्य हे एका अध्यायात अडकलं तर पुस्तक संपत नाही – ते बदलायला हवं असतं.

"Your setback is a setup for a comeback."

– T.D. Jakes

या भागात आपण अपयशानंतर होणाऱ्या विविध प्रकारच्या पुनर्रचनेसंबंधी सखोल विचार करू.

१. वैयक्तिक पुनर्रचना (Personal Reinvention)

संकल्पना:

- वैयक्तिक पुनर्रचना म्हणजे स्वतःकडे नव्या नजरेने पाहणं.
- जी जुनी ओळख अपयशात गमावली – तिच्यावर अडकून न राहता नव्या शक्यता शोधणं.

- स्वतःला नव्याने परिभाषित करणं. जुन्या अपयशांमध्ये अडकणं थांबवणं आणि नव्या शक्यतांवर लक्ष केंद्रित करणं.

उदाहरण:

अदितीचा प्रवास – गाणं थांबलं, पण आवाज गेला नाही

अदिती एक प्रशिक्षित गायिका. पण तिला मोठ्या मंचावर संधी मिळाली नाही. स्पर्धांमध्ये अपयश आलं. काही काळ तिने गाणं सोडलं. मग तिने स्वतःच्या आवाजाचा वेगळा वापर करत, वाचन आणि पॉडकास्टिंगला सुरुवात केली. आज तिच्या पॉडकास्टचे हजारो श्रोते आहेत.

चिंतन:

"आयुष्य तुम्हाला ज्या भूमिकेत अडकवतं, त्यापलीकडे स्वतःला शोधणं हीच वैयक्तिक पुनर्रचना."

"Don't be afraid to start over. It's a chance to build something better this time."

२. व्यावसायिक पुनर्जन्म (Career Rebirth)

संकल्पना:

- नोकरी, व्यवसाय यामध्ये आलेलं अपयश म्हणजे संपवणं नाही – ती एक दिशा बदलण्याची संधी आहे.
- "दुसरी इनिंग" केवळ क्रिकेटपुरती नाही, ती आयुष्यातही लागू होते.
- करिअरमधील एक बंद दरवाजा हा अनेक नव्या वाटा उघडणारा असतो.

उदाहरण:

'राहुल' – इंजिनीयर ते बिझनेसमन

राहुलचा इंजिनीअरिंगमधील करिअर फारसा प्रगतीपथावर गेला नाही. नोकरीत अपयश आलं. त्याने आपल्या हॉटेल व्यवसायात रस घेतला. वडिलांनी सुरू केलेल्या छोट्या उपाहारगृहाला नव्या पद्धतीनं चालवलं आणि तीन शाखा उघडल्या.

चिंतन:

"प्रत्येक करिअर ब्रेक हा एक अपघात नाही – तो एक वळण असतो."

"Sometimes when things are falling apart, they may actually be falling into place."

३. सामाजिक ओळख पुनर्रचना (Social Identity Reinvention)

संकल्पना:

- समाज अपयशानंतर आपल्याला 'नालायक,' 'कपशी' असे शिक्के लावतो.
- पण ती ओळख तोडणं शक्य आहे – कृतीच्या माध्यमातून.
- समाजाने लावलेले शिक्के स्वीकारणे ही गरज नसते – त्यांना तोडणे ही संधी असते.

उदाहरण:

शेखर – 'ड्रॉपआउट' ते 'समाजसेवक'

शेखर दहावी नापास. गावात हेटाळणीचं कारण. पण त्याने त्याच गावात लायब्ररी सुरू केली, शैक्षणिक कार्य केलं. आज तो युवांसाठी प्रेरणास्त्रोत आहे.

चिंतन:

"समाज तुमची ओळख ठरवत नाही – तुमच्या कृती ठरवतात."

"You are not your past. You are the choices you make today."

४. मानसिकता पुनर्जन्म (Mindset Transformation)

संकल्पना:

- 'Fixed Mindset' = "मी असंच आहे"
- 'Growth Mindset' = "मी बदलू शकतो, शिकू शकतो"
- Growth mindset स्वीकारणं – 'मी शिकतोय,' 'मी बदलतोय,' 'मी पुढे जातोय' हे स्वीकारणं.

पद्धती:

- स्वतःशी संवाद वाढवा
- आत्मपरिक्षणासाठी वेळ द्या
- नकारात्मक विचारांवर 'उत्तर' लिहा

उदाहरण:

संगीता – आत्मविश्वासशून्य पासून वक्तृत्व विजेती

संगीता शाळेत 'Introvert' म्हणून ओळखली जायची. स्पर्धांमध्ये अपयश आलं. पण तिने दररोज एक आत्मसंवादाचा रेकॉर्ड केला, यूट्यूबवर लघुप्रवचन टाकायला सुरुवात केली. पुढे TEDx मंचावर भाषण केलं.

चिंतन:

"अपयश बदलतं फक्त परिस्थिती नाही, तर तुमचं स्वतःचं तुमच्याबद्दलचं मत."

"It's not who you are that holds you back, it's who you think you're not."

५. कौटुंबिक व नातेसंबंधी पुनर्रचना (Relational Reinvention)

संकल्पना:

- अपयशामुळे ताणलेली नाती पुनर्रचना करू शकतात–माफ करणं, संवाद सुरू करणं, अपेक्षा नव्याने ठरवणं.
- संवाद, समजूत, आणि माफ करण्याची तयारी – यावर नात्यांची पुनर्बांधणी होते.

उदाहरण:

विनिता आणि समीर – घटस्फोट टळला

विनिता आणि समीरचं लग्न मोडण्याच्या मार्गावर होतं. दोघंही करिअरमध्ये अपयशाचा त्रास एकमेकांवर निघवत होते. त्यांनी

'थेरेपी' घेतली, एकमेकांशी खुला संवाद साधला. आज दोघं पुन्हा एकत्र राहून एकमेकांना आधार देत आहेत.

चिंतन:

"कधी कधी नातं तुटतं नाही – संवाद तुटतो. पुनर्रचना संवादातूनच सुरू होते."

"Healing doesn't mean the damage never existed. It means the damage no longer controls your life."

प्रेरणादायक कथा

१. शशिकला – शिक्षिकेचा आत्मशोध

- ५०व्या वर्षी नोकरी गेली, नवऱ्याचं निधन. जीवन रिकामं.
- ओपन युनिव्हर्सिटीतून MA केलं. गावात वाचनालय सुरू केलं.
- आज ती १५ गावांत मुलींसाठी मार्गदर्शक.
- शाळेमध्ये शिक्षिका, पण निवृत्तीनंतर नव्या शिक्षणाला सुरुवात. आता गावागावात शिक्षण प्रसाराचं कार्य.
- **"You're never too old to reinvent yourself."**

२. रवी – व्यसनातून उद्योगाकडे

- कॉलेज ड्रॉपआउट, व्यसनाधीनता.
- रिहॅबनंतर छोटा हॉटेल सुरू केला.

- आता ३० जणांना रोजगार. कुटुंब पुन्हा जवळ.
- रिहॅब सेंटरनंतर, स्वतःचा चहा स्टॉल – आता हॉटेलचा मालक आणि ३० लोकांचा आधार.

"Rock bottom became the solid foundation on which I rebuilt my life."

– J.K. Rowling

३. फराह – अध्यात्मिक पुनर्जन्म

- नोकरी, प्रेमसंबंध, आरोग्य – तिघांतील अपयश.
- हिमालयात ध्यानशिबीर. योगशिक्षण.
- आता शांतता आणि शिष्य – दोन्ही तिच्या वाट्याला.
- शहरी जीवनातील धावपळीतील अपयशातून हिमालयात शांती – आणि आता योगशिक्षिका.

"In the process of letting go, you will lose many things, but you will find yourself."

– Deepak Chopra

कृती मार्गदर्शक – पुनर्रचना कशी करावी?

टप्पा	उपाय
१	स्वतःला नव्याने ओळखा: "माझं मूळ सामर्थ्य काय?"
२	जुन्या ओळखीपासून मोकळं व्हा: "कोणती लेबलं माझ्यावर चिकटलेली आहेत?"
३	नव्या भूमिकेची तयारी करा: नवीन कौशल्य, नव्या जबाबदाऱ्या

४	लहान पावलांनी सुरुवात करा: रोजची एक कृती बदल
५	अनुभव लिहून ठेवा: जर्नलिंग, ब्लॉग, व्हिडिओ
६	दुसऱ्यांना मदत करा: शिकवणं हेच खऱ्या शिकण्याचं लक्षण
७	सहकार्य घेण्यास संकोच करू नका: थेरेपिस्ट, कोच, मित्र

चिंतन प्रश्न – वाचकांसाठी आत्मचिंतन

1. तुमच्या आयुष्यात कोणत्या गोष्टींची पुनर्रचना होण्याची गरज आहे?
2. कुठल्या 'ओळखी'ने तुम्हाला रोखून ठेवलं आहे?
3. कोणती नवी भूमिका तुम्हाला आकर्षित करते?
4. आजपासून तुम्ही कोणत्या नव्या सवयी सुरू करणार?
5. 'पुनर्जन्म' या कल्पनेचा तुमच्यासाठी अर्थ काय आहे?
6. माझ्या अपयशातून मी काय शिकत आहे?
7. माझ्या आत कोणते 'अनसंग हिरो' दडले आहेत?
8. माझ्या आजच्या कृती मला कोणत्या नव्या रूपात घडवत आहेत?
9. जर मी अजिबात घाबरत नसतो, तर मी काय करायला सुरुवात केली असती?

उपसंहार

पुनर्रचना म्हणजे जुनी ओळख फेकून देणं नाही – तर तिच्या अनुभवातून नव्या ओळखीचा जन्म होणं. अपयशानंतर उभं

राहणं, नव्या मार्गानं चालणं, आणि स्वतःला नव्याने समजून घेणं – हेच खऱ्या यशाचं लक्षण आहे.

पुनर्रचना म्हणजे पराभव नाकारणं नाही – तर पराभवाला उपयोगात आणणं आहे.

ज्या वेळी आपण म्हणतो, "आता पुरे झालं," तीच वेळ असते – *पुन्हा सुरूवात करण्याची.*

"राख झाली तर काय झालं, उष्णता जिवंत आहे...

फिनिक्स पुन्हा उडेल – आणि यावेळी अधिक उंच."

"Every end is a new beginning – we just don't know it at the time."

भाग - ७
जीवनशैलीतील सुधारणा आणि दीर्घकालीन यश
Lifestyle Transformation for Long-term Success

प्रस्तावना

यश हे एकदाच गाठायचं स्थान नाही, तर सतत साध्य करत राहण्याची एक प्रक्रिया आहे. अपयशावर मात केल्यानंतर यश टिकवून ठेवण्यासाठी जीवनशैलीत सकारात्मक, स्थायी आणि सचेत बदल आवश्यक असतो. अपयशातून उभं राहणं ही एक गोष्ट आहे, पण त्या उभारणीला टिकवून ठेवण्यासाठी जे बदल आवश्यक असतात – ते म्हणजे जीवनशैलीतील सुधारणा. हे बदल लहान असले तरी दीर्घकालीन यशाच्या पाया घालतात. या भागात आपण अशा १० मूलभूत जीवनशैली बदलांची चर्चा करू, जे दीर्घकालीन यशासाठी अनिवार्य आहेत.

१. सकाळची सकारात्मक सुरुवात (Powerful Mornings)

यशस्वी लोकांमध्ये एक गोष्ट कायम दिसते – त्यांची सकाळ ठरलेली, संयमित आणि उर्जादायक असते. लवकर उठणं, दिवसाचं नियोजन करणं, ध्यान-प्राणायाम, शारीरिक हालचाल–हे सकाळचे तास मनाला आणि शरीराला सकारात्मकतेकडे घेऊन जातात.

प्रेरणादायक कथा – अमेयचा प्रवास: अमेय एक उद्योजक होता. अनेक अडचणींमुळे तो सतत नैराश्यात असे. त्याने "Miracle Morning" या पुस्तकामुळे सकाळी ५ वाजता उठण्याची सवय लावली. ध्यान, वाचन, लेखन यामुळे त्याचे आत्मभान वाढले आणि व्यवसायावर नव्यानं लक्ष केंद्रित करता आलं. दोन वर्षांत तो मानसिक आणि आर्थिकदृष्ट्या बळकट झाला.

चिंतन प्रश्न:

- तुमची सकाळ कशी सुरू होते?
- तुम्ही सकाळचा पहिला तास स्वतःसाठी राखून ठेवलात का?

२. वेळेचे शहाणपणाने व्यवस्थापन (Time Management Mastery)

वेळ हा सर्वात मूल्यवान संसाधन आहे. तो पैशासारखा संचयित करता येत नाही, पण योग्य वापर केल्यास यशाच्या दिशेने वाटचाल शक्य होते.

टूल्स: Eisenhower Matrix, Pomodoro Technique, Time Blocking

प्रेरणादायक कथा – श्रावणीचा बदल: शाळेत शिक्षिका असलेली श्रावणी कामात गढून गेल्यामुळे वैयक्तिक आयुष्याकडे दुर्लक्ष करत होती. तिने दिवसाचे तास 'ब्लॉक' करायला सुरुवात केली. सकाळी २ तास स्वतःसाठी, दुपार कामासाठी, संध्याकाळ कुटुंबासाठी ठरवलं. ६ महिन्यांत तिचं आयुष्य समतोल झालं.

चिंतन प्रश्न:

- तुम्ही वेळ कुठे गमावता?
- दिवसाच्या सर्वाधिक प्रभावी तासांमध्ये तुम्ही काय करता?

३. मानसिक शांती आणि भावनिक समतोल (Mental & Emotional Balance)

यशासाठी फक्त बाह्य परिस्थिती नव्हे तर अंतर्गत शांतता आवश्यक आहे. ध्यान, योग, जप हे केवळ अध्यात्मिक साधने नाहीत, तर भावनिक आरोग्य टिकवण्याची साधने आहेत.

कथा – संतोषचा संतुलन शोध: संतोष एक IT कर्मचारी. कामाच्या दडपणामुळे चिडचिड, नैराश्य, आणि तणाव त्याच्या आयुष्याचा भाग झाले. त्याने दररोज १५ मिनिटांचं श्वसनध्यान सुरू केलं. दोन महिन्यांत तो शांत, संयमी झाला. आज तो आपल्या टीमचाही योग प्रशिक्षक आहे.

चिंतन प्रश्न:

- तुम्ही स्वतःशी संवाद करता का?
- भावनांवर नियंत्रण ठेवण्यासाठी तुम्ही काय करता?

४. सातत्य आणि शिस्त (Consistency & Discipline)

स्फूर्ती कधीच कायमस्वरूपी नसते, पण शिस्त सातत्य टिकवून ठेवते. लहान सवयींचं सातत्य हे यशाचं खरं शस्त्र आहे.

कथा – देवेशचा लहान बदल: देवेशला दररोज ५ किलोमीटर धावायचं होतं, पण सुरुवातच होत नव्हती. त्याने दररोज ५ मिनिटं चालण्याची सवय सुरू केली. ६ महिन्यांत तो मॅरेथॉन धावला.

चिंतन प्रश्न:

- तुमच्या सवयींमध्ये सातत्य आहे का?
- एखादी सवय किती दिवसांपासून चालू आहे?

५. आहार आणि शरीराची निगा (Nutrition & Physical Health)

सुदृढ शरीर हे यशासाठी आवश्यक वाहन आहे. संतुलित आहार, व्यायाम, झोप – यांचा थेट परिणाम मेंदूच्या कार्यक्षमतेवर होतो.

कथा – कल्पनाचा आरोग्यमार्ग: बँकेत नोकरी करणारी कल्पना तणाव आणि चुकीच्या खाण्यामुळे आजारी पडली. तिने घरचं जेवण, पुरेशी झोप, आणि दररोज चालणं सुरू केलं. एका वर्षात तिचं वजन आणि स्फूर्ती दोन्ही सुधारले.

चिंतन प्रश्न:

- तुमचं खाणं शरीराला पोषक आहे का?
- दररोज शारीरिक हालचाल करता का?

६. वाचन व सतत शिक्षण (Reading & Lifelong Learning)

दैनिक वाचन, ऑडिओबुक्स, ऑनलाइन कोर्सेस – यामुळे व्यक्तिमत्व समृद्ध होतं. शिकणं बंद झालं, की वाढ थांबते.

कथा – अमृताचा बौद्धिक प्रवास: अमृत एका गावात शिक्षण संपवून शहरात आला. त्याने दररोज वाचन सुरू केलं – आत्मचरित्र, तत्त्वज्ञान, व्यवसाय. काही वर्षांतच तो एक यशस्वी ट्रेनर झाला.

चिंतन प्रश्न:

- गेल्या महिन्यात कोणती नवीन गोष्ट शिकली?
- तुमच्या वाचनात वैविध्य आहे का?

७. आर्थिक शिस्त आणि गुंतवणूक (Financial Discipline)

यशस्वी लोक कमाईपेक्षा अधिक लक्ष 'गुंतवणुकीवर' केंद्रित करतात. 'Pay Yourself First' हे तत्त्व आत्मसात केलं पाहिजे.

कथा – स्वप्नीलचा आर्थिक बदल: स्वप्नील जेमतेम पगारातून हातात पैसे शिल्लक ठेवत नव्हता. त्याने खर्चाआधी SIP सुरू केली. काही वर्षातच त्याला आपत्कालीन निधी, विमा आणि गुंतवणूक यांचं महत्त्व समजलं.

चिंतन प्रश्न:

- प्रत्येक महिन्याचं बजेट बनवताय का?
- काही टक्के उत्पन्न गुंतवता का?

८. डिजिटल आयुष्याचं संतुलन (Digital Minimalism)

मोबाईल, सोशल मीडिया हे आवश्यक साधन असले तरी त्याचा वापर नियंत्रित असावा. वेळेचं भान ठेवण्यासाठी 'डिजिटल डिटॉक्स' गरजेचा आहे.

कथा – वैभवचा सोशल डिटॉक्स: वैभव दिवसाचे ५-६ तास सोशल मीडियावर घालवत होता. त्याने स्क्रीनटाईम ट्रॅकर वापरला, मोबाइल-free zones बनवले. आता तो दिवसात २ तास अधिक उत्पादक वापरतो.

चिंतन प्रश्न:

- दररोज किती वेळ स्क्रीनवर घालवता?
- सोशल मीडिया वापर नियंत्रीत आहे का?

९. सामाजिक आणि भावनिक नात्यांची निगा (Relationships & Empathy)

मानवी संबंध हे मानसिक आरोग्य आणि यशात मोलाची भूमिका बजावतात. संवाद, समजूत, क्षमाशीलता हे नात्यांच्या मूळात असायला हवेत.

कथा – नेहाचा संवाद: नेहा एका मोठ्या कंपनीत व्यवस्थापक होती, पण तिच्या टीममध्ये तणाव होता. तिने "Active Listening" शिकलं, चूक मान्य करणं सुरू केलं. थोड्याच काळात टीम जिंकू लागली.

चिंतन प्रश्न:

- शेवटचा संवाद कोणाशी केलात आणि कसा?
- नात्यांमध्ये ऐकण्याचं प्रमाण किती?

१०. सेवाभाव आणि परतफेड (Contribution & Gratitude)

स्वतःसाठी जगणं एका मर्यादिनंतर रिकामपणात बदलतं. इतरांसाठी काही करणं – ही यशाची उच्चतम पायरी आहे.

कथा – आरतीची कृतज्ञता: आरतीने स्वतःच्या अपयशातून सावरताच गावात मुलींसाठी मोफत शिक्षण केंद्र सुरू केलं. रोज ती ३ गोष्टी लिहते – ज्याबद्दल ती आभारी आहे. त्यामुळे तिचं मन शांत आणि समाधानी राहतं.

चिंतन प्रश्न:

- गेल्या आठवड्यात कोणासाठी काही केलं?
- आज तुम्ही कशाबद्दल आभारी आहात?

जीवनशैली सुधारणा: एक योजनेचा आराखडा

साप्ताहिक सुधारणा योजना:

- **आठवडा १:** सकाळचा १ तास स्वतःसाठी राखा
- **आठवडा २:** ३० मिनिटं वाचन सुरू करा
- **आठवडा ३:** Junk Food टाळण्याचा प्रयत्न करा
- **आठवडा ४:** मोबाईलवर टाइम ट्रॅकर वापरा
- **आठवडा ५:** खर्चाचे रेकॉर्ड ठेवायला सुरुवात करा
- **आठवडा ६:** एक नवीन कोर्स किंवा कौशल्य सुरू करा

कृती टिप्स:

- एका वेळी एका सवयीवर लक्ष केंद्रित करा
- प्रगतीचं नोंद ठेवा – जर्नलिंग करा
- स्वतःला वेळ द्या – बदलांना वेळ लागतो

उपसंहार

जीवनशैलीतील सुधारणा म्हणजे मोठे बदल नव्हेत – तर दररोजच्या सवयींमध्ये छोटा सकारात्मक बदल. अपयशातून उठल्यावर हेच सवयी आपल्याला पुढे नेतात, यश टिकवतात, आणि आयुष्य अधिक अर्थपूर्ण बनवतात. यशाचं मूळ फक्त कृतीत नाही – तर जीवनशैलीत आहे. जीवनशैली सुधारणं म्हणजे स्वतःला अधिक सजग, संतुलित आणि सशक्त बनवण्याची प्रक्रिया आहे – जी एकदाच नव्हे, तर आयुष्यभर चालते.

भाग - ८
प्रेरणास्त्रोत, आदर्श व्यक्तिमत्त्वं आणि शिकण्याजोगे धडे
Role Models, Inspirations, and Lessons worth Learning

प्रस्तावना

प्रत्येक यशस्वी माणसामागे अपयशाची एक अनकही कथा लपलेली असते. अपयश हे अंतिम सत्य नसून, ते पुढील यशाचा पाया ठरू शकते. या प्रकरणात आपण अशा प्रेरणादायी व्यक्तींच्या जीवनप्रवासाचा अभ्यास करू, ज्यांनी अपयशावर मात करून यश प्राप्त केलं. त्यांच्या अनुभवातून केवळ प्रेरणा नाही, तर वास्तव, प्रयत्नशीलता, शिस्त, आत्मपुनर्रचना आणि जीवनाला दिशा देणारे धडे मिळतात. हे धडे आपल्या वैयक्तिक आणि व्यावसायिक जीवनात मोठा फरक घडवून आणू शकतात.

१. थॉमस एडिसन – अपयश म्हणजे प्रयोग

- हजारो प्रयोग फसले, पण तो थांबला नाही.
- त्याचं प्रसिद्ध वाक्य: "I have not failed. I've just found 10,000 ways that won't work."
- **धडा:** अपयश म्हणजे एक संधी असते – नव्याने प्रयत्न करण्याची. चिकाटी आणि प्रयोगशीलता हे यशाचे खरे सूत्र आहेत.

२. डॉ. ए.पी.जे. अब्दुल कलाम – गरिबीतून ज्ञानाच्या शिखरावर

- लहानपणी घरची परिस्थिती हलाखीची. शाळेपासून ते ISRO/NASA पर्यंतचा प्रवास कठीण होता.
- अनेकदा नाकारले गेले, पण त्यांनी स्वप्न पाहणं थांबवलं नाही.
- **धडा:** परिस्थिती कितीही प्रतिकूल असली, तरिही स्वप्न पाहा आणि त्या दिशेने प्रामाणिक प्रयत्न करा.

३. ओप्रा विन्फ्रे – दुःखाच्या गर्तेतून जगाच्या मंचावर

- बालपणीचे अत्याचार, गरिबी, मानसिक संघर्ष यांमधून ती मोठी झाली.
- आत्मविश्वास, जिद्द, आणि स्वतःवर विश्वास ठेऊन जगातला एक प्रभावशाली आवाज बनली.
- **धडा:** आपण कोणत्या परिस्थितीत जन्मलो यापेक्षा आपण स्वतःला कसे घडवतो हे महत्त्वाचं.

४. झेक मा – ३० वेळा नकार, पण हार नाही

- अलीबाबा ग्रुपचे संस्थापक. हार्वर्डमध्ये १० वेळा प्रवेश नाकारला गेला. KFC मध्ये नोकरीसाठी अर्ज केला, २४ पैकी २३ निवडले गेले – झेक मा नाकारला गेला.
- **धडा:** नकार हे यशाचे पहिले पाऊल असते. आत्मविश्वास आणि चिकाटी टिकवून ठेवल्यास मोठं यश शक्य आहे.

भारतीय समाजातील सामान्य प्रेरणास्त्रोत

१. डबेवाले – अचूकतेचा जागतिक आदर्श

- मुंबईतील डबेवाले दररोज २ लाखाहून अधिक डबे अचूकपणे पोहोचवतात.
- शिक्षण कमी असूनही शिस्त, संघटनेची ताकद आणि नियोजनामुळे त्यांनी जगात मान्यता मिळवली.
- **धडा:** परफेक्शन हे केवळ बुद्धिमत्तेवर नाही तर शिस्त आणि एकजूट या गुणांवर अवलंबून असते.

२. ग्रामीण भागातील महिला उद्योजकता

- स्वयं-सहायता गट, हस्तकला, दुग्ध व्यवसाय यांद्वारे स्वतःचा व्यवसाय उभारणाऱ्या महिलांची संख्या वाढत आहे.
- सामाजिक बंधनं, आर्थिक मर्यादा असूनही त्यांनी आर्थिक स्वातंत्र्य मिळवलं.
- **धडा:** संसाधन कमी असली तरी इच्छाशक्ती आणि चिकाटी असेल तर कोणतंही स्वप्न साकार करता येतं.

कथा आधारित प्रेरणा – संक्षिप्त प्रेरणादायी गोष्टी

कथा १: अंधत्वावर मात करणारा शिक्षक

- जन्मतः अंध. अनेक अडचणींवर मात करून स्वतःचं शिक्षण पूर्ण केलं.
- दृष्टिहीन मुलांसाठी शाळा स्थापन केली आणि त्यांचं जीवन उजळवलं.
- **धडा:** शरीराची मर्यादा ही मनाच्या इच्छेपुढे थिटी असते. आपले विचारच आपल्या जगण्याची दिशा ठरवतात.

कथा २: अपंग पण आत्मनिर्भर महिला उद्योजिका

- एका अपघातात पाय गमावले. सुरुवातीला नैराश्य, पण नंतर घरातून व्यवसाय सुरू केला.
- आज त्या व्यवसायातून इतर महिलांना रोजगार मिळतोय.
- **धडा:** आयुष्यात आलेले धक्के तुमचं आयुष्य थांबवत नाहीत, तर नवीन दिशा दाखवतात.

निष्कर्ष: प्रेरणा ही कृतीतून साकार होते

प्रेरणास्त्रोतांचे जीवन आपल्याला केवळ भारावून टाकत नाही, तर विचार करायला भाग पाडतात. त्यांची कहाणी ही केवळ भावनिक नाही, तर कृतीशील आहे. त्यांच्या जीवनातील धड्यांमधून आपण आत्मपरीक्षण करू शकतो, आणि अपयशात अडकलेल्या स्वतःच्या आयुष्याला नवी दिशा देऊ शकतो. प्रेरणा ही बाहेरून मिळते, पण ती टिकते ती आपल्यातील कृतीशीलतेमुळे. म्हणूनच, या महान व्यक्तींच्या जीवनप्रवासाकडे फक्त आदराने न पाहता, त्यातून शिकून स्वतःच्या जीवनात बदल घडवा. कारण, शेवटी यश हे अनुकरणातून नाही तर आचरणातून जन्मतं.

शिकण्यासारखे ठोस धडे (25 Lessons for Action)*

1. अपयश ही अंतिम थांबा नाही
2. प्रत्येक चूक काहीतरी शिकवते
3. शिस्त हे यशाचं खरं शस्त्र
4. सामाजिक स्थिती यश ठरवत नाही
5. ज्ञान, प्रयत्न आणि चिकाटी सर्वोच्च
6. शारीरिक मर्यादा मानसिक यश थांबवू शकत नाहीत
7. संघर्षाशिवाय विजय नाही
8. सातत्याचं मूल्य अपार
9. छोट्या सवयी मोठं यश देतात
10. सेवाभावातून समाधान मिळतं
11. वेळेचा योग्य वापर सर्वकाही बदलतो
12. नकार म्हणजे दिशा बदल, उद्दिष्ट नाही

13. चूक मान्य करणं ही शक्ती आहे
14. प्रत्येक अपयशात बीज असतं नवीन संधीचं
15. शिक्षण म्हणजे केवळ शाळा नव्हे – अनुभवही गुरु असतो
16. आत्मपरीक्षण ही प्रगतीची गुरुकिल्ली आहे
17. स्वतःला ओळखणं म्हणजे जग जिंकणं
18. यशस्वी लोक अपयश झाकत नाहीत, शिकतात त्यातून
19. जीवनशैली हा यशाचा पाया आहे
20. समाजातील विरोधक हे तुमचं बळ बनू शकतात
21. बदल ही एक प्रक्रिया आहे, घटना नव्हे
22. थोडी वाट थांबा, पुन्हा उभं रहा
23. यशस्वी माणसं 'दुसऱ्यांचं मत' या गोष्टीवर अडकत नाहीत
24. साधेपणात महानता लपलेली असते
25. यश म्हणजे फक्त बाह्य विजय नव्हे – तर अंतर्गत समाधान देखील

उपसंहार

प्रेरणादायी व्यक्तिमत्व हे आरशासारखे असतात – आपण त्यांच्याकडे पाहून स्वतःला अधिक चांगलं बनवतो. त्यांचा संघर्ष, त्यांचं धैर्य, आणि त्यांच्या यशाच्या पद्धती आपल्याला केवळ चालायचं नाही, तर धावायचं बळ देतात. या गोष्टींमधून आपण केवळ प्रेरणा घेत नाही, तर आत्मपरीक्षण, कृती आणि सातत्याचं मूल्य समजतो. तेव्हाच आपलं यश 'योगायोगानं' नव्हे, तर 'योग्य पद्धतीनं' मिळतं.

भाग - ९
अपयश आणि यश यामधील सीमारेषा
The Fine Line between Failure and Success

प्रस्तावना

अपयश आणि यश या दोन टोकांमधील अंतर केवळ परिणामांवर आधारित नसून, तो एक मानसिक, सामाजिक आणि वैयक्तिक प्रवास असतो. अपयशाला आपण अनेकदा अंतिम सत्य मानतो, पण वास्तवात ते यशाच्या दिशेने होणाऱ्या बदलाचा एक महत्त्वाचा टप्पा असतो. हा भाग आपल्याला शिकवतो की अपयश आणि यश यांच्यातील सीमारेषा किती धूसर आणि गतिशील आहे.

१. अपयश म्हणजे काय?

- उद्दिष्ट गाठण्यात अपयश – अपेक्षित निकाल न मिळणे.
- बाह्य मापदंडावर आधारित ठरवलेले अपयश – समाजाच्या अपेक्षांवर न उतरल्यास अपयशी ठरवले जाते.
- वैयक्तिक अपयश – स्वतःच्या आतून समाधान न मिळणे, प्रयत्न अपुरे वाटणे.
- अपयश म्हणजे एक संधी असते, जी आपल्याला पुन्हा विचार करायला भाग पाडते.

२. यशाची व्याख्या कोण ठरवतं?

- समाज? – पद, पैसा, प्रतिष्ठा.
- आपण स्वतः? – समाधान, मूल्यं, अंतःकरणातील शांतता.

- यशाची व्याख्या प्रत्येकासाठी वेगळी असते. प्रत्येक व्यक्तीच्या आयुष्यात यशाची व्याख्या वेगळी असू शकते.

३. यशाच्या आधीचं अपयश — एक अपरिहार्य टप्पा

- अब्दुल कलाम यांची इस्रोतील अयशस्वी प्रक्षेपणं
- अमिताभ बच्चन यांना AIR मध्ये नाकारलं गेलं
- सचिन तेंडुलकरची पहिली आंतरराष्ट्रीय इनिंग – अपयश
- या अपयशांनी त्यांच्या यशाचं बीज रोवलं

४. अपयशाकडे पाहण्याचा दृष्टिकोन

- Fixed mindset — “मी अपयशी आहे”
- Growth mindset — "मी शिकतो आहे"
- अपयशावरची प्रतिक्रिया ही पुढचा मार्ग ठरवते
- सकारात्मक दृष्टिकोनाने पाहिल्यास अपयश प्रेरणा ठरू शकतं

५. यश आणि अपयश यामधील १० मूलभूत फरक

मुद्दा	यशस्वी मानसिकता	अपयशी मानसिकता
दृष्टिकोन	शिकण्याची तयारी	पराभवाची भावना
आत्मपरीक्षण	नियमित	दुर्लक्षित
संयम	जास्त	कमी

सामाजिक दडपण	न जुमानता पुढे जाणं	दबावाखाली मोडणं
प्रयत्न	सातत्यपूर्ण	अधूनमधून
अपयशाचं मूल्य	अनुभव मानणं	दैव मानणं
निर्णयक्षमता	जबाबदारी स्वीकारणं	दोष दुसऱ्यावर टाकणं
भावनिक संतुलन	स्थिर	अस्थिर
वेळेचा वापर	नियोजनबद्ध	गोंधळलेला
समाधान	आतून येणारं	बाह्य प्रमाणांवर आधारित

६. अपयशाची तीन प्रमुख कारणं

1. अति अपेक्षा – अपुरे साधन असूनही मोठी स्वप्नं.
2. चुकीचं ध्येय – आपल्या क्षमतेपेक्षा वेगळं किंवा परावलंबी उद्दिष्ट.
3. तांत्रिक ज्ञानाचा अभाव – योग्य मार्गदर्शन किंवा कौशल्य नसणं.

७. यश मिळालं तरी अपयशाची भीती का राहते?

- Imposter Syndrome – "मी पात्र नाही" ही भीती
- सतत तुलना – दुसऱ्याच्या यशाशी आपलं मोजणं
- समाजाची अपेक्षा – टिकेची भीती

८. समाजाच्या नजरेत यश आणि अपयश

- सामाजिक मापदंड – पदवी, नोकरी, लग्न, पैसा

- कलाकार, संशोधक सुरुवातीला 'अपयशी' मानले जातात
- कालांतराने त्यांच्या कार्याला यश मानलं जातं

९. अपयशावर आधारित यशाच्या ५ कथा (संक्षिप्त)

कथा १: रजनी – ग्रामीण विद्यार्थिनी ते IAS अधिकारी

- सुरुवातीला दोन अपयशी प्रयत्न, समाजाचा दबाव
- तिसऱ्या प्रयत्नात यश
- धडा: चिकाटी आणि आत्मविश्वास समाजाच्या मतावर मात करतो

कथा २: आकाश – युट्यूबवरून यशस्वी लेखक

आकाश रोज रात्री व्हिडिओ अपलोड करायचा.आणि सकाळी उठून पहिले 10 views पाहायचा.

आई विचारायची, "एवढा वेळ फोनवर काय करतोस?" तो हसून म्हणायचा, "लोकांसाठी लिहितो."

पण लोक... ते कुठेच नव्हते. महिन्यांनंतरही views वाढत नव्हते. कमेंट्स नव्हत्या.

फक्त एक प्रश्न होता —**"कोणी तरी मला ऐकतोय का?"**

एक दिवस त्याच्या व्हिडिओवर पहिली कमेंट आली:"तुझ्या शब्दांनी मला उभं राहायला ताकद दिली."

आकाश रडला.

आज त्याचे लाखो फॉलोअर्स आहेत.पण तो अजूनही प्रत्येक व्हिडिओ पोस्ट करताना म्हणतो —

"ही गोष्ट त्या एका माणसासाठी आहे, जो अजून अंधारात आहे."

धडा: अपयश म्हणजे सुरुवात, अंत नाही

कथा ३: केतन – बिझनेस फेल झाला, पण सल्लागार म्हणून यशस्वी

केतनचा पहिला स्टार्टअप बंद पडला.ऑफिस रिकामं झालं.सहकारी निघून गेले.

रात्री ऑफिसची लाईट बंद करताना त्याने भिंतीवर हात ठेवून म्हटलं — **"मी हरलो... पण मी शिकलो."**

तो घरी गेला.आई म्हणाली, "काही बिघडलं नाही बेटा."त्या शब्दांनी त्याला उभं केलं.

आज केतन अनेक स्टार्टअप्सना मार्गदर्शन करतो.तो स्वतःचा बिझनेस वाचवू शकला नाही... पण हजारो लोकांचा बिझनेस वाचवतो.

धडा: अपयश बदलाचा दरवाजा उघडतो

कथा ४: लीना – बोर्डात नापास, आज शिक्षिका

लीना बोर्डाच्या निकालाच्या दिवशी एकटी खोलीत बसली होती.सगळे ओरडत होते —"नापास झाली!"

तिने डोळे मिटले.तिला स्वतःची लाज वाटत होती.

वडील म्हणाले,"तू हुशार आहेस, पण घाबरतेस."तेच वाक्य तिने आयुष्याचं ब्रीद बनवलं.

आज ती विद्यार्थ्यांना शिकवते —**"नापास होणं म्हणजे संपणं नाही."**

ती बोर्डात पास झाली नाही... पण आयुष्यात पास झाली.

कथा ५: फैजल — क्रिकेटमध्ये अपयश, पण फिटनेस कोच

फैजल मैदानावर बसून रडत होता.निवड यादीत त्याचं नाव नव्हतं.कोच म्हणाले,"खेळात सर्वांचं होत नाही."त्या दिवशी त्याने बॅट भिंतीला टेकवली.

पण त्याने शरीर घडवायला सुरुवात केली. स्वतःला बदलायला सुरुवात केली. आज तो अनेक खेळाडूंना ट्रेनिंग देतो. तो क्रिकेट खेळला नाही... पण क्रिकेटचं भविष्य घडवतो.

१०. अपयश आणि यश यामधील 'Mind Gap' भरायला काय करावं?

1. अपयश स्वीकारा – त्याच्याशी संघर्ष न करता स्वीकार करा
2. आत्मपरीक्षण करा – चूक कुठे झाली?
3. दुसऱ्यांशी बोला – मानसिक आरोग्य, संवाद
4. स्वतः वर विश्वास ठेवा – स्वतःची ताकद ओळखा
5. लहान यश साजरे करा – प्रगतीची दखल घ्या
6. तुलना थांबवा – आपली वाट चालत रहा
7. यशाची वैयक्तिक व्याख्या ठरवा – दुसऱ्याच्या यशात आपलं शोधू नका

११. शिक्षण संस्थांमध्ये अपयश आणि यश यांचं महत्त्व समजावणं आवश्यक

- फक्त परीक्षेतील गुण ही यशाची व्याख्या असू नये

- अपयश ही एक संधी आहे – विद्यार्थ्यांना हे समजवणं महत्त्वाचं
- शिक्षकांनी प्रेरणादायी भूमिका घ्यावी

१२. पालक, शिक्षक आणि समाजाची भूमिका

- अपयशात साथ देणं – मानसिक आधार
- चुका हसण्याच्या गोष्टी नाहीत – त्या शिकण्याच्या टप्पा आहेत
- प्रयत्नांचं कौतुक – केवळ यशाचं नाही

१३. अंतिम विचार – यश आणि अपयश यांचं एकत्र अस्तित्व

- जीवन हे रेषागत नाही – वळणंच त्याला अर्थ देतात
- **अपयश ही एक संधी आहे – नवी सुरुवात करायला**
- जो अपयश स्वीकारतो, तोच यश साजरं करू शकतो

उपसंहार

अपयश हे अंतिम नाही, आणि यश हे स्थायी नाही. या दोन्ही गोष्टी आपल्या विचारांवर, मानसिकतेवर आणि कृतीवर अवलंबून असतात. अपयशाची वेळ ही संधीची वेळ आहे – स्वतःला पुन्हा शोधण्याची, अधिक सशक्तपणे पुढे जाण्याची. म्हणूनच, जीवनाच्या प्रत्येक वळणावर अपयशाची सावली दिसली, तर घाबरू नका – ती सावलीच आपल्याला यशाचं तेज दाखवते.

भाग - १०

स्वतःशी प्रामाणिक राहणं – आत्मचिंतन आणि सुधारणा

Being Honest With Oneself – Self-reflection and Growth

सर्व यश आणि अपयशाच्या परिप्रेक्ष्यात एक महत्त्वाचा घटक आहे तो म्हणजे – स्वतःशी प्रामाणिक राहणं. यश किंवा अपयशाच्या व्याप्तीत आम्ही कितीही बाह्य प्रेरणांवर विश्वास ठेवला तरी, खरा बदल तेव्हाच होतो जेव्हा आपण स्वतःला समजून घेतो आणि त्यात सुधारणा घडवतो. या भागात आपण आत्मचिंतनाच्या महत्त्वावर, त्याच्या विविध पद्धतींवर, आणि स्वतःला बदलण्याच्या प्रवासावर चर्चा करणार आहोत.

१. स्वतःशी प्रामाणिक राहण्याचं महत्त्व

स्वतःशी प्रामाणिक राहणं म्हणजे आपल्या दोष आणि कमकुवत बाजूंना स्वीकारणे. प्रत्येक माणसाची खासियत आणि दुर्बलता असते. खरे समजून घेणं हेच आत्मप्रेम आहे. आत्मभान म्हणजे – "मी कोण आहे?" आणि "मी हे का करतोय?" यावर चिंतन करणे.

२. आत्मचिंतन म्हणजे काय?

आत्मचिंतन फक्त विचारांचे परिष्कार नाही, तर आपल्या कृती, निर्णय, आणि विचारांचे तटस्थ मूल्यांकन आहे. यामध्ये नियमितपणे आत्मपरीक्षण करणे, स्वतःला सुधारण्याची कृती घेणे, आणि त्या सुधारणा नोंदवणे यांचा समावेश होतो.

३. आत्मपरीक्षणाची पद्धत

आत्मपरीक्षणाची प्रभावी पद्धत म्हणजे दररोजच्या कार्यांच्या परिष्करणासाठी छोट्या छोट्या गोष्टी करू शकता.

1. दिवसाच्या शेवटी ५-१० मिनिटे आत्मपरीक्षण करण्यासाठी स्वतःला वेळ द्या.
2. लिहून ठेवणं – "आज काय चुकलं?"

3. दर आठवड्याला शांत बसून विचार करा.
4. गुरु किंवा मित्रासोबत संवाद करा.

४. प्रामाणिकपणा आणि दोष स्वीकारण्याची ताकद

दोष स्वीकारणे म्हणजे कमजोरी नाही, तर सुधारणा करणे होय. या प्रक्रियेत दोषाचे शोध घेणे आणि त्यातून शिकणे अत्यंत महत्त्वाचे आहे. "स्वतःच्या चुका मान्य करा" या अब्दुल कलाम यांच्या शब्दांतून आपल्याला शिकायला मिळतं.

५. सुधारणा करण्यासाठी मनोवृत्ती कशी असावी?

Fixed mindset आणि Growth mindset मध्ये फरक असतो. ज्या व्यक्ती growth mindset ठेवतात, ते अपयशाला शिकण्याचे साधन मानतात आणि त्यापासून वेगळ्या दृषटिकोनातून पाहतात.

६. स्वतःच्या कमतरता ओळखणं – कठीण पण गरजेचं

आत्मविश्लेषण करण्यासाठी आपल्या कमकुवत बाजू ओळखणं आवश्यक आहे. खालील तक्त्यात त्याच्या काही उदाहरणांची चर्चा केली आहे:

कमतरता	लक्षात घेण्याची लक्षणं	सुधारण्याचे उपाय
वेळेचं नियोजन	नेहमी उशीर होणे	टास्क लिस्ट आणि अलार्म
भावनिक प्रतिक्रिया	चिडचिड करणे	ध्यान, थोडा थांबणं
निर्णयक्षमता	गोंधळलेपणा	Pros & Cons लिहणे

आत्मविश्वासाचा अभाव	संधी गमावणे	लहान धाडसी कृती करणे

७. समाज, पालक आणि शिक्षक यांची भूमिका

समाज, पालक आणि शिक्षक यांना व्यक्तीला त्याच्या आतल्या धरणाची ओळख व्हायला मदत करणे महत्त्वाचे आहे. ते मुलांना स्वावलंबी आणि निर्णयक्षम बनवतात.

८. प्रामाणिक संवाद – स्वतःशी आणि इतरांशी

स्वतःशी संवाद साधण्याची सवय आपल्याला प्रामाणिक ठेवते. दररोज विचार करा: "आज मी प्रामाणिक होतो का?" आणि इतरांसोबत संवाद करताना त्यांच्या चुका मान्य करा आणि माफी मागा.

९. आत्मचिंतनातून घडलेली यशस्वी उदाहरणं

कथा १: अनुराधा – एका गृहिणीचं व्यवसायात रूपांतर.

उद्योजिकेने स्वतःची चुकं नोंदवून त्या सुधारणा केल्या, आणि आज २० महिलांना रोजगार दिला आहे.

कथा २: महेश – अपयशातून सॉफ्ट स्किल ट्रेनर बनणे.

त्याने अनेक मुलाखतींमध्ये अपयश अनुभवले आणि स्वतःची शैली सुधारली. आज तो ५००+ विद्यार्थ्यांना प्रशिक्षित करतो.

१०. तांत्रिक मदत: डायरी, ॲप्स आणि वेळापत्रक

स्वतःच्या प्रगतीसाठी अनेक ॲप्स वापरू शकता जसे – Day One, Reflectly, Google Calendar, Notion.

११. आत्मभान आणि अध्यात्म

योग, ध्यान आणि प्रार्थना यांच्या सहाय्याने आपण आपल्या अंतर्मनाशी संपर्क साधू शकतो, आणि मानसिक शांती मिळवू शकतो.

१२. चुका, दोष, आणि स्वतःची कबुली

दोष स्वीकारणे आपल्याला द्रुतपणे सुधारण्यास मदत करते. "चुका शिकण्याच्या पायऱ्या आहेत" हे लक्षात ठेवा.

१३. दीर्घकालीन फायदे

आत्मचिंतनाच्या फायदेशीर परिणामांमध्ये आत्मविश्वास, मानसिक शांती, आणि निर्णयक्षमता वाढतात.

उपसंहार:

स्वतःशी प्रामाणिक राहणं म्हणजे आपल्या जीवनातील अंधारातून प्रकाशाकडे जात राहणे. आत्मचिंतनाच्या माध्यमातून आपण सतत सुधारतो आणि यशाच्या दिशेने वाटचाल करतो. हे जीवनाच्या मूलभूत तत्त्वांपैकी एक आहे.

भाग - ११
धैर्य आणि चिकाटी – अपयशानंतरचा पुनर्जन्म
Courage and Perseverance – Rebirth after Failure

अपयशाच्या धक्क्यानंतर अनेक जण खचतात, त्यांना वाटतं की या वळणावरून परत जाणं शक्य नाही. पण, काही लोक असतात जे अपयशाच्या या कठीण काळातही आपला आत्मविश्वास राखतात आणि पुन्हा नव्या ताकदीने उभे राहतात. यामध्ये मुख्य भूमिका निभावते ती धैर्य आणि चिकाटीची. धैर्य म्हणजे संकटात स्थिर राहणं आणि चिकाटी म्हणजे सातत्याने प्रयत्न करत राहणं. या दोन गोष्टींचं मिलनच असं यश निर्माण करतं जे अपयशाच्या कठीण काळातून बाहेर काढतं.

१. धैर्य म्हणजे काय?

- **संकटात मन शांत ठेवण्याची ताकद**: धैर्य म्हणजे संकट आणि अडचणींमध्ये स्वतःला शांत ठेवणं. जेव्हा परिस्थिती अनुकूल नसते, तेव्हा स्थिर रहाणं आणि शांत मनाने विचार करणं हेच धैर्याचं लक्षण आहे.
- **परिस्थिती कितीही वाईट असली तरी स्थिर राहण्याची वृत्ती**: जीवनात अपयश, पराभव आणि नकार हे स्वाभाविक असतात. हे स्वीकारून पुढे जाणं आणि उभं राहणं आवश्यक आहे.
- **भीती असूनही पुढे जाण्याचा निर्णय**: अपयशाच्या वेळी येणारी भीती तिथेच थांबवून, त्यावर मात करून पुढे जाण्याचं धैर्य असायला हवं.

२. चिकाटी म्हणजे काय?

- **सातत्याने प्रयत्न करत राहणं**: चिकाटी म्हणजे न हारता, न थांबता तुमचं लक्ष्य साधण्याचा निरंतर प्रयत्न करणं.

- **वेळ, संकटं, थकवा – यांपुढे न झुकता मार्ग शोधत राहणं**: जोपर्यंत आपण प्रयत्न करत राहतो, तोपर्यंत कोणतीही अडचण आपल्या यशाच्या मार्गात येऊ शकत नाही.

- **'Persistence beats talent' हे सिद्ध करणारी शक्ती**: असं अनेक वेळा झालं आहे की काही लोक प्रतिभावान नसले तरी चिकाटीने त्यांना मागे टाकतात.

३. अपयशानंतरचा मानसिक प्रवास

अपयशानंतर अनेक मानसिक टप्पे येतात. ते कसे अनुभवायचे आणि त्यावर कसं मात करायचं याची चर्चा करूया.

- **नकार**: सुरुवातीला आपल्याला असं वाटतं की "हे माझ्यासोबतच का?" हे अपयश आपल्या क्षमतांवर प्रश्नचिन्ह निर्माण करतं.

- **राग**: आपल्याला स्वतःवर, परिस्थितीवर किंवा इतरांवर राग येऊ लागतो. परंतु या रागाला काबू करण्याची आवश्यकता आहे.

- **निराशा**: या टप्प्यात आपल्याला वाटतं की सगळं संपलं आहे, काहीही शक्य नाही.

- **स्वीकृती**: हा महत्त्वाचा टप्पा आहे. इथे आपण 'हो, मी चुकलो. आता काय करता येईल?' असं विचारतो.

- **कृती**: आणि नंतर आपण कृती करत सुरू करतो – नव्या संधींना गळाला लावतो.

४. धैर्य आणि चिकाटीचा विकास कसा कराल?

- **छोट्या संकल्पांपासून सुरुवात करा**: मोठं लक्ष्य ठेवणं चांगलं असलं तरी त्यासाठी छोटे छोटे टप्पे पार करणं महत्त्वाचं आहे.
- **अपयशाची कबुली द्या आणि त्यातून शिकण्याचा संकल्प करा**: अपयशातून शिकणं हे महत्त्वाचं आहे. यामुळे आपला आत्मविश्वास वाढतो.
- **स्वतःला प्रेरणा देणाऱ्या गोष्टींचा सहवास ठेवा**: प्रेरणादायक पुस्तकं वाचा, सकारात्मक लोकांसोबत वेळ घालवा, आपल्या जीवनाच्या ध्येयाची आठवण ठेवा.
- **दररोज स्वतःला आठवा – "माझं स्वप्न काय आहे?"**: प्रत्येक दिवशी आपल्या ध्येयाची आणि स्वप्नांची आठवण ठेवा, हे आपल्याला प्रेरित करत राहील.

५. प्रसिद्ध उदाहरणं

- **थॉमस एडिसन**: १०,००० वेळा अपयश आले, पण अखेर त्याने बल्ब तयार केला.
- **अमिताभ बच्चन**: चित्रपट क्षेत्रातून नाकारला गेला, पण त्याने धैर्याने पुनरागमन केलं.
- **मॅरी कोम**: मातृत्वानंतरही ती जागतिक विजेती बनली.

- **सुनील गावसकर**: सुरुवातीला अपयशाच्या शरणागतीला गेला, पण नंतर भारताच्या क्रिकेट संघाचा आधारस्तंभ बनला.

६. शारीरिक आणि मानसिक सामर्थ्याची साथ

- **योग आणि व्यायाम**: मानसिक धैर्य आणि स्थिरता वाढवण्यासाठी योग आणि व्यायाम महत्त्वाचे आहेत.
- **पुरेशी झोप आणि आहार**: शरीर आणि मनासाठी उपयुक्त आहार आणि आराम आवश्यक आहेत.
- **ध्यान आणि आत्मचिंतन**: मनाची शांतता राखण्यासाठी आणि चिकाटी वाढवण्यासाठी ध्यान महत्त्वाचं आहे.

७. चिकाटीची साधने आणि सवयी

- **"Don't break the chain" टेक्निक:** दैनंदिन सवयी नोंदवून ठेवा, जेणेकरून आपला नियमितपणा कधीही खंडित होणार नाही.
- **अडचणींची यादी**: तुमच्या जीवनातील अडचणींची यादी करा आणि त्यांचा निराकरण करण्याचे मार्ग ठरवा.
- **प्रेरणादायी वाक्य**: "Vision Board" बनवा आणि प्रेरणादायी वाक्य समोर ठेवा.

८. स्वतःवर विश्वास ठेवणं – पुनरुज्जीवनाचा पाया

- **इतरांनी तुमच्यावर विश्वास ठेवावा अशी अपेक्षा ठेवण्याऐवजी स्वतःवर श्रद्धा ठेवा:** स्वतःवर विश्वास ठेवा, कारण तुमचं यश तुमच्यावर अवलंबून आहे.

- **छोट्या यशांच्या आठवणी उजळून ठेवा**: स्वतःची प्रगती आणि छोटे यश आठवून मनोबल वाढवा.
- **चुका म्हणजे अपयश नव्हे — त्या शिकण्याच्या पायऱ्या आहेत:** चुका शिकण्याचा एक महत्त्वाचा भाग आहेत.

९. मराठी समाजातील काही प्रेरणादायी उदाहरणं

- **पु. ल. देशपांडे**: सुरुवातीला लेखांना नकार मिळाला, पण नंतर ते एक अत्यंत लोकप्रिय लेखक बनला.
- **स्नेहलता देशमुख**: वैद्यकीय शिक्षणात अपयश आलं, पण नंतर मुंबई विद्यापीठाच्या कुलगुरू बनली.
- **नारायण मूर्ती**: सुरुवातीस व्यवसायात अपयश आलं, पण नंतर Infosys चं यश मिळवलं.

१०. अपयशानंतर नव्याने उभं राहण्यासाठी काही पद्धती

टप्पा	कृती
आत्मपरीक्षण	काय चुकलं हे समजून घ्या
योजना	पुढचं पाऊल काय? योजना करा
लहान पावलं	मोठ्या उद्दिष्टाऐवजी छोट्या कृती करा
फीडबॅक घ्या	जवळच्या लोकांकडून मार्गदर्शन घ्या
स्वतःला क्षमा करा	दोष बाळगून न बसता माफ करा

११. आत्मसन्मान आणि संघर्ष

- **अपयश हे तुमचं मूल्य ठरत नाही**: अपयशाच्या काळात तुमचं आत्ममूल्य कमी होत नाही.

- **संघर्षातून तुम्ही जास्त बळकट होतात**: संघर्षाची गोडी जास्त असते आणि तीच यशाची गोडी ठरते.
- **तुमचं यश हा केवळ परिणाम नसून, तुमचं संघर्षातील धैर्य आणि चिकाटीचा परिपाक आहे**: यश तुमच्या संघर्षाच्या आणि चिकाटीच्या परिणाम आहे.

१२. यशाचा अर्थ नव्यानं समजावून घेणं

- **केवळ पैसा, प्रसिद्धी नव्हे – तर मनः शांती, समाधान, आणि इतरांना मदत करण्याची ताकद**: यश म्हणजे केवळ बाह्य गोष्टी नाहीत, तर अंतर्गत शांतता आणि इतरांचा प्रगतीची मदत करणे.
- **यश म्हणजे शर्यत जिंकणं नव्हे, तर प्रवास पूर्ण करणं**: यश मिळवण्याच्या प्रवासात दिलेल्या मेहनतीचं महत्त्व आहे.

उपसंहार

धैर्य आणि चिकाटी हे अपयशानंतर नव्याने उभं राहण्यासाठी अत्यंत महत्त्वाचे आहेत. त्या क्षणी जेव्हा आपल्याला वाटतं की आपण थकले, हरणारे आहोत, तेव्हा धैर्य आणि चिकाटीच आपल्याला परत उभं करतात. जीवनाच्या प्रवासात प्रत्येक अपयशापासून शिकत, पुढे जात राहा.

भाग - १२
ध्येय निर्धारण आणि कृतीचा आराखडा – स्वप्नांपासून वास्तवाकडे
Goal Setting and Action Planning – From Dream to Reality

आयुष्यात प्रत्येकाला एक ध्येय किंवा स्वप्न असते, परंतु केवळ त्यावर विचार करणं पर्याप्त नाही. स्वप्नं प्रत्यक्षात बदलण्यासाठी एक स्पष्ट आराखडा आणि अचूक कृती करणे आवश्यक असतं. अपयशानंतर पुन्हा उभं राहणं एक गोष्ट आहे, परंतु ध्येय ठरवणं आणि त्यासाठी कृतीचा मार्ग तयार करणं एक महत्त्वाची प्रक्रिया आहे. या भागात, आपल्याला ध्येय निर्धारण आणि त्यासाठी आवश्यक असलेल्या कृतीचे आराखडं तयार करण्याची प्रक्रिया समजून घेणार आहोत.

१. स्वप्न आणि ध्येय यामधील फरक:

आपल्या जीवनातील स्वप्नं आणि ध्येय यामधील फरक समजून घेतल्यावर, तुम्हाला नक्कीच स्पष्टता मिळेल. स्वप्नं नेहमीच अस्पष्ट असतात, त्यामध्ये काहीतरी प्रेरणा, कल्पना असतात, पण ध्येय स्पष्ट, मोजता येण्याजोगं, आणि निश्चित कालावधीत साध्य करण्याचा उद्देश असतो. उदाहरणार्थ, "मी श्रीमंत होईल" हे एक स्वप्न आहे, तर "पाच वर्षांत ₹५० लाख गोळा करीन" हे ध्येय आहे.

स्वप्न	ध्येय
अस्पष्ट, प्रेरणादायी कल्पना	मोजमाप करता येणारा, ठराविक कालावधीतील उद्देश
भावना आणि कल्पनांवर आधारित	कृती आणि योजना आधारित
'एक दिवस मी हे करेन'	'येत्या ६ महिन्यांत मी हे करणार आहे'

२. SMART Goal ची संकल्पना:

ध्यानात ठेवावं असं ध्येय SMART असावं:

- **S (Specific)**: लक्ष्य स्पष्ट असावं
- **M (Measurable)**: मोजता येणारा असावा
- **A (Achievable)**: प्राप्य असावा
- **R (Relevant)**: सुसंगत असावा
- **T (Time-bound)**: ठराविक कालावधी असावा

उदा. "पैसे वाचवायचे" हे स्वप्न, पण "३ महिन्यांत ₹१५,००० वाचवायचे" हे SMART Goal.

३. ध्येय निर्धारणासाठी पायऱ्या:

ध्येय ठरवताना काही महत्त्वाच्या गोष्टी लक्षात ठेवाव्यात. हे पायऱ्या पाळून, आपण आपल्या ध्येयापर्यंत पोहोचू शकतो.

1. **स्वतःशी प्रामाणिक संवाद** – मला खरंच काय हवं आहे?
2. **लिहून काढणं** – ध्येय लिहिलं की ते वास्तवात आणण्याचा पहिला टप्पा पार होतो.
3. **प्राथमिकता ठरवा** – सर्व ध्येय महत्त्वाची नसतात. काय आधी साध्य करायचंय?
4. **प्रेरणा शोधा** – हे का साध्य करायचंय?

४. कृती आराखडा तयार करणं – Action Plan:

ध्येय पूर्ण करण्यासाठी एक स्पष्ट कृती आराखडा तयार करणं महत्त्वाचं आहे. हा आराखडा आम्हाला ध्येयाच्या दिशेने एक पाऊल पुढे नेतो.

टप्पा	उदाहरण
अंतिम उद्दिष्ट	एका वर्षात स्वतःचा छोटा व्यवसाय सुरू करायचा
मासिक उपउद्दिष्ट	पहिल्या महिन्यात व्यवसाय कल्पना ठरवायची
आठवड्याचे काम	बाजारपेठेचा अभ्यास करायचा
दैनंदिन कृती	दररोज ३० मिनिटं संशोधन करायचं

५. ध्येय पूर्ण करण्यासाठी लागणाऱ्या सवयी:

ध्येय साध्य करण्यासाठी काही महत्त्वाच्या सवयी लागतात:

- **लिहून ठेवणं** – रोज ध्येय आणि प्रगती लिहा.
- **दैनंदिन पुनरावलोकन** – काय साध्य झालं? काय राहिलं?
- **व्यवधान टाळणं** – सोशल मीडिया, वेळेचा अपव्यय टाळा.
- **जबाबदारीची भावना** – एखाद्या मित्रासोबत प्रगती शेअर करा.

६. मोठ्या ध्येयांचं लहान भागांत विभाजन:

मोठं ध्येय साध्य करणे कठीण असू शकतं, पण त्याला छोटे, सुसाध्य टप्प्यांमध्ये विभाजित केल्यास ते सोपं होईल.

उदा. "पुस्तक लिहायचं" हे मोठं ध्येय असेल:

- १ महिना – विषय निवड, आराखडा तयार करणे
- २ महिना – रोज ५०० शब्द लिहिणं
- ३ महिना – पहिला मसुदा पूर्ण करणे

७. अडथळे ओळखून तयारी करणं:

ध्येयाच्या दिशेने प्रवास करताना अडथळे येणारच. हे स्वीकारून तयारी करा. आधीच Plan B तयार ठेवा. जेव्हा अडथळा येईल, तेव्हा त्याला समजून त्यावर कार्य करा.

८. प्रगतीचं मोजमाप आणि सुधारणा:

ध्येय साध्य करण्याच्या प्रवासात प्रगती मोजणे महत्त्वाचं आहे. कधी-कधी सुधारणा आवश्यक असते, आणि लवचिकता या प्रक्रियेत आवश्यक असते. वेळोवेळी तपासून, काय काम करतंय आणि काय नाही हे ओळखा आणि त्यावर आवश्यक बदल करा.

९. प्रेरणा जपणं – Consistency साठी अत्यावश्यक:

ध्येय साध्य करण्यासाठी प्रेरणा कायम ठेवणं महत्त्वाचं आहे. त्यासाठी Vision Board तयार करा, रोज सकाळी ५ मिनिटं ध्येय आठवा, प्रेरणादायी व्यक्तींच्या गोष्टी वाचा आणि शक्य असेल तर Accountability Partner ठेवा.

१०. अपयशानंतर पुन्हा ध्येय ठरवणं:

मागचं अपयश हे तुम्ही कमी नाही, फक्त एक शिकण्याचा अनुभव होता. ते लक्षात ठेवून, पुन्हा नव्यानं सुरुवात करा. मागच्या चुका लक्षात घेऊन, नवीन कृती आराखडा बनवा.

११. काही यशस्वी लोकांच्या ध्येय ठरवण्याच्या पद्धती:

1. **डॉ. ए. पी. जे. अब्दुल कलाम** – शिस्तबद्ध जीवनशैली, लहानपणीच अंतराळ क्षेत्रात जायचं ठरवलं.
2. **सचिन तेंडुलकर** – प्रत्येक सराव सत्रात विशिष्ट ध्येय, आत्मपरीक्षण आणि सुधारणा.
3. **किरण बेदी** – नागरी सेवा म्हणजेच उद्दिष्ट, अभ्यास, खेळ, स्पर्धा – सगळं एका लक्षावर केंद्रित.

१२. युवकांकरिता उपयुक्त ध्येय प्रकार:

क्षेत्र	संभाव्य ध्येय
शिक्षण	६ महिन्यांत स्पर्धा परीक्षेचा अभ्यास पूर्ण करणे
करिअर	३ महिन्यांत नवीन कौशल्य आत्मसात करणे
आर्थिक	वर्षाअखेरीस ₹५०,००० ची बचत करणे
आरोग्य	९० दिवसांत ५ किलो वजन घटवणे

१३. ध्येयात आनंद शोधणं – ध्येयाचा उद्देश:

ध्येय साध्य करण्याचा खरा आनंद तो प्रवास असतो. तोच तुम्हाला प्रेरणा देतो आणि तुम्हाला तुमच्या ध्येयांमध्ये अर्थ शोधायला मदत करतो. दररोज थोडं पुढे गेल्यावर मिळणारा आनंद साजरा करा.

१४. ध्येय ठरवताना टाळावयाच्या चुका:

- इतरांच्या अपेक्षांवर आधारित ध्येय ठरवणं
- फार मोठं आणि अस्पष्ट ध्येय "यशस्वी होणार"
- योजना नसलेलं ध्येय
- 'सर्व काही ताबडतोब' असं अपेक्षित ध्येय

१५. आत्मपरीक्षण – माझं ध्येय खरंच माझं आहे का?

ध्यानात ठेवा, तुमचं ध्येय तुमचं असलं पाहिजे. स्वप्नांमध्ये पडलं की ते खरंच तुमचं आहे का, हे तपासणं महत्त्वाचं आहे. स्वतःला पाच वेळा विचारा – का? तुमचं ध्येय असावं जिथे तुमचं मन असतं.

उपसंहार:

ध्येय आणि त्यासाठी तयार केलेला आराखडा केवळ प्रेरणादायक नसून, ते आपल्याला प्रत्यक्षात साध्य करण्यासाठी आवश्यक असलेली बंधनं आणि मार्गदर्शन प्रदान करतो. अपयशानंतर उभं राहणं आणि ध्येय निश्चित करणं याचा प्रवास संयम, दृष्टी, आणि ध्येय साध्य करण्यासाठी ठोस कृती योजनावर आधारित असावा लागतो.

भाग - १३
संघर्षातून घडलेली माणसं – प्रेरणादायी कथा आणि धडे
Forged in Struggle – Stories and Lessons of Inspiration

यशाच्या सर्वोच्च शिखरावर पोहोचलेली प्रत्येक माणसं आपल्या आयुष्यातील संघर्षांपासून शिकली आहेत. ही संघर्षाची कहाणी प्रेरणादायक आहे आणि ती आपल्याला नवा दृष्टिकोन देऊ शकते. या भागात अशी काही माणसं आणि त्यांचा संघर्ष दाखवला जात आहे ज्यातून आपल्याला जीवनाचे मौल्यवान धडे शिकता येतात.

१. डॉ. ए. पी. जे. अब्दुल कलाम – गरीब मच्छीमाराचा मुलगा ते राष्ट्रपती

डॉ. ए. पी. जे. अब्दुल कलाम यांच्या आयुष्यात अनेक संघर्ष होते. एक गरीब मच्छीमाराच्या कुटुंबात जन्मलेले कलाम साहजिकच एकदम यशस्वी होऊ शकले असते का? पण त्यांनी त्यांना आव्हान करणाऱ्या परिस्थितींना तोंड दिलं आणि शिक्षणासाठी कठोर मेहनत घेतली. भारताच्या क्षेपणास्त्र कार्यक्रमाच्या शिल्पकार म्हणून काम करत त्यांनी आपलं ध्येय साध्य केलं.

शिकवण: परिस्थितीवर नव्हे, तर तुमच्या जिद्दीवर तुमचं भविष्य ठरतं.

२. झांसीची राणी लक्ष्मीबाई – स्वाभिमानासाठी लढणारी वीर महिला

झांसीची राणी लक्ष्मीबाईची कथा एक संघर्षाची कहाणी आहे. एक विधवा बालिका म्हणून, तिने ब्रिटिश सत्तेविरुद्ध लढा दिला आणि आपल्या स्वाभिमानासाठी प्राण गमावले.

शिकवण: संघर्ष म्हणजे केवळ प्रतिकार नव्हे, तर आत्मगौरवाचं प्रतीक.

३. दशरथ मांझी – 'माउंटन मॅन'

दशरथ मांझी यांचे आयुष्य एक प्रेरणा आहे. एक न साधारण माणूस, जो संपूर्ण आयुष्यभर हातोडा आणि छिन्नी घेऊन डोंगर काढत राहिला, त्याने एका लहान गावात रस्ता तयार केला.

शिकवण: जिथं इच्छा आहे तिथं मार्ग बनतो – अक्षरशः.

४. सुधा मूर्ती – साधेपणा आणि सेवा यांचं प्रतीक

सुधा मूर्ती यांनी TATA कंपनीत पहिली महिला अभियंता होण्याचा विक्रम केला. त्यांच्या शिक्षणासाठी आणि ग्रामीण विकासासाठी केलेल्या कार्यामुळे लाखो लोकांचे जीवन बदलले.

शिकवण: मोठं स्वप्न फक्त स्वतःसाठी नव्हे, तर समाजासाठी असावं.

५. मिल्खा सिंग – 'फ्लाइंग सिख'

मिल्खा सिंग यांना अनेक संघर्षांचा सामना करावा लागला. भारत-पाकिस्तान फाळणी दरम्यान कुटुंब गमावणारा हा माणूस, ट्रेनमध्ये लपून प्रवास करत, उपाशी राहून धावण्याचा प्रयत्न करत, अखेरीस ऑलिंपिकमध्ये भारताचं प्रतिनिधित्व केलं.

शिकवण: संघर्षातूनच असामान्य शक्ती उगम पावते.

६. अरुणिमा सिन्हा – कृत्रिम पायासह एव्हरेस्ट सर करणारी पहिली महिला

अरुणिमा सिन्हा यांनी आपला पाय गमावला, पण त्यांनी यावर मात केली. त्यांनी कृत्रिम पाय वापरून पर्वतारोहण सुरू केलं आणि एक महिला म्हणून एव्हरेस्ट सर केला.

शिकवण: शरीर नव्हे, मनाचं सामर्थ्य यशाची दिशा ठरवतं.

७. हेलन केलर – अंध, बहिरं आणि मुकी असूनही लेखक आणि वक्ता

वयाच्या दुसऱ्या वर्षी अंध आणि बहिरं झालेल्या हेलन केलर यांनी जीवनाशी संघर्ष करत आणि आपल्या शिक्षकांच्या मदतीने, लेखन आणि वक्तृत्व क्षेत्रात आपलं स्थान निर्माण केलं.

शिकवण: कमतरता नसते, ती संधी बनवण्याची वृत्ती नसते.

८ स्वतःची गोष्ट लिहा – 'माझ्या संघर्षाची कहाणी'

प्रत्येक माणसाकडे संघर्षाची स्वतःची कथा असते. इतरांच्या कथा प्रेरणा देतात, पण तुमची स्वतःची कथा बदल घडवते. **माझ्या जीवनातील संघर्षांची आणि उभारीची कहाणी 'फिनिक्स भरारी: स्लम ते मिलियनेअर' या नावाने आज उपलब्ध आहे.'**

शिकवण: ही कहाणी उद्या कोणाचं मार्गदर्शन ठरू शकते.

संक्षिप्त धडे:

1. परिस्थिती कितीही कठीण असो, ती कायमची नसते.
2. खचून न जाता पुढे जाणं – याला खऱ्या अर्थाने यश म्हणतात.
3. संघर्ष ही संधी आहे स्वतःला घडवण्याची.
4. प्रेरणादायी माणसं केवळ वाचण्यासाठी नसतात – अनुकरणासाठी असतात.

उपसंहार:

संघर्ष हे जीवनाचा अनिवार्य घटक आहे. ते आपल्याला फक्त आव्हान देत नाही, तर आपल्याला घडवते, आपल्याला सुधारते. संघर्षामुळे आपल्यात एक नवा शक्ती आणि दृष्टिकोन निर्माण होतो, जो यशाच्या दिशेने वाटचाल करायला मदत करतो.

भाग - १४

स्वतःशी मैत्री – आत्मचिंतन आणि स्व-स्वीकार

Friendship with Oneself – Reflection and Self-acceptance

आत्मचिंतन आणि आत्मस्वीकार आपल्या जीवनाचा पाया असतो. स्वतःला समजून घेणं, स्वीकारणं आणि आपल्याला प्रेम करणं हे जीवनाची खरी आणि शक्तिशाली किमया आहे. या प्रकरणात आपण पाहणार आहोत की कसे स्वतःशी मैत्री करून, आपण आपल्या सर्वांत चांगल्या आवृत्तीतून जीवन जगू शकतो.

१. स्वतःकडे बघण्याची नजर बदला

आपण अनेक वेळा स्वतःला इतरांच्या तुलनेत मोजतो. हे आत्मविश्वासावर नकारात्मक परिणाम करतं. आपल्या असामान्यतेला ओळखायला शिकणे हे पहिलं टप्पा आहे.

उदाहरण: आरतीच्या गोष्टीत, ती इतरांच्या तुलनेत स्वतःला कमी मानायची, पण जेव्हा तिने स्वतःच्या कौशल्याला ओळखलं, तेव्हा तिच्या आयुष्यात मोठा बदल झाला.

२. आत्मचिंतन – स्वतःशी प्रामाणिक संवाद

आत्मचिंतन हे आपल्या वागण्याचं आणि विचारांचं मूल्यांकन करण्यासाठी आवश्यक आहे. रोज स्वतःला प्रश्न विचारणं आणि योग्य उत्तर मिळवण्याचा प्रयत्न करणे.

सराव: दररोज ५ मिनिटं लिहा, "आज मी काय शिकलो?"

३. आत्म-स्वीकार – अपूर्णतेसह स्वतःला स्वीकारा

"परिपूर्ण होईन तेव्हाच स्वतःवर प्रेम करेन" हा विचार चुकीचा आहे. आपल्यात असलेल्या अपूर्णततही सौंदर्य आहे आणि ते स्वीकारणं हेच जीवनाचा खरा भाग आहे.

चुकणं मान्य करणं: आपण चुकत असतो, पण त्यात शिकण्याची क्षमता असते.

४. स्वतःवर प्रेम करायला शिका

स्वतःला प्रेम करा, आणि नकारात्मक विचारांपासून दूर राहा.

प्रेरणाः "मी प्रयत्नशील आहे" या सकारात्मक स्वसंवादाच्या द्वारे स्वतःला प्रोत्साहित करा.

५. मनोबल वाढवा – स्वतःला प्रोत्साहन द्या

स्वतःसाठी कौतुकाचे शब्द वापरा.

प्रेरणाः लहानसहान प्रगतीचाही सन्मान करा.

६. माफी मागा आणि माफ करा – स्वतःलाही

आपल्या चुका समजून त्यावर काम करा. स्वतःला माफ करा.

७. स्वतःचं समर्थन करा – मनातल्या वकिलाचं ऐका

स्वतःचा पाठिंबा आणि समर्थन वाढवा.

८. स्वतःला वेळ द्या – Self-Care म्हणजे स्वार्थ नव्हे

स्वतःसाठी वेळ काढणं, मानसिक आरोग्याचे महत्व ओळखणं.

९. आत्म-पहचान आणि ध्येय

"मी कोण आहे?" हा प्रश्न विचारून आपल्याला आयुष्याचं मार्गदर्शन मिळू शकतं.

१०. स्वतःशी मैत्रीची परिपूर्णता – शांतता आणि समजूतदारपणा

जेव्हा आपण स्वतःशी सलोखा साधतो, तेव्हा बाहेरच्या संघर्षांचा प्रभाव कमी होतो.

प्रेरणादायी गोष्टी आणि सराव यादी:

प्रेरणादायी गोष्टी आणि सराव यादीमध्ये "Self-Date" तयार करण्याचा विचार एक उत्कृष्ट कल्पना आहे. Self-Date म्हणजे, स्वतःसाठी वेळ काढणे, स्वतःची काळजी घेणे आणि आत्म-प्रेरणा मिळवणे. यामध्ये विविध गोष्टी समाविष्ट करता येतील:

Self-Date चे काही विचार:

1. **समय ठरवणे:** आपल्या महिन्याचा काही भाग स्वतःसाठी समर्पित करा. एक दिवस किंवा संध्याकाळ म्हणजे केवळ आपल्यासाठी असावा. त्यात कुठे बाहेर जाऊन आराम करा, चहा पिऊन ध्यान करा, किंवा फक्त आराम करा.
2. **वाचन:** आत्मप्रेरणा आणि आत्मविकासाच्या पुस्तकांचा अभ्यास करा. काही सुंदर, प्रेरणादायी पुस्तकं वाचा ज्यामुळे तुम्हाला आंतरिक शांती आणि प्रेरणा मिळेल.
3. **नेचर वॉक:** कधीही, जेव्हा तुम्हाला वेळ मिळेल, गार्डन किंवा जंगलात जाऊन चालायला जा. नैसर्गिक सौंदर्य तुमच्या मनाला शांती आणि ऊर्जा देऊ शकते.
4. **कलात्मक अभिव्यक्ती:** चित्रकला, लेखन किंवा म्युझिकच्या रूपात आपली कल्पकता व्यक्त करा. यामुळे आत्मविश्वास निर्माण होतो आणि एक नवीन दृष्टिकोन मिळतो.

5. **मेडिटेशन/योग:** रोज काही वेळ ध्यान आणि योग करा. हे शरीर आणि मनाला आराम देते, आणि मानसिक स्पष्टता मिळवते.
6. **स्वत:साठी एक लक्ष्य ठरवणे:** स्वत:साठी एक छोटीशी उद्दिष्ट ठरवा आणि त्या दिशेने कार्य करा. प्रत्येक छोट्या यशाने तुमच्या आत्मविश्वासात वाढ होईल.
7. **स्वतःसाठी एक असामान्य अनुभव:** कधी तरी स्वत:साठी काहीतरी अनोळखी आणि रोमांचक करा– हे तुमच्या दृष्टीकोनाला नवा आकार देईल.

तुमच्या **Self-Date** जर्नलसाठी काही ठळक गोष्टी सुचवतो, ज्यामुळे तुम्हाला आत्म-प्रेरणा मिळेल आणि तुम्ही स्वतःला अधिक चांगल्या प्रकारे समजू शकाल. हे जर्नल तुमच्या मानसिक, शारीरिक आणि भावनिक आरोग्यासाठी फायदेशीर ठरेल.

Self-Date Journal साठी ठरवलेली यादी:

1. **तुमच्या दिवसाचा संक्षिप्त आढावा (Daily Reflection):**
   - आजचा दिवस कसा होता?
   - काय शिकायला मिळालं?
   - आज तुमच्या कडून काय चुकलं आणि काय योग्य झालं?

2. **ध्यान किंवा मेडिटेशन (Meditation Practice):**
    - प्रत्येक Self-Date मध्ये ध्यान किंवा साधे श्वास-प्रश्वास सराव करा.
    - विचारांची स्पष्टता आणि शांती मिळवण्यासाठी 5-10 मिनिटांचा ध्यान कालावधी ठरवा.
3. **धन्यवाद नोट्स (Gratitude Notes):**
    - दररोज तीन गोष्टी लिहा ज्या तुम्हाला आभारी करतात. हे तुमच्या जीवनात सकारात्मकता आणि समाधान आणेल.
4. **स्वत: च्या उद्दिष्टांसाठी प्लॅनिंग (Goal Setting for Self):**
    - पुढील महिन्यात किंवा वर्षभरात तुमच्या व्यक्तिगत किंवा व्यावसायिक उद्दिष्टांचे ध्येय ठरवा.
    - त्या उद्दिष्टांसाठी छोटे टास्क तयार करा आणि त्यांचा मागोवा घ्या.
5. **प्रेरणादायी कोट्स आणि विचार (Inspirational Quotes & Thoughts):**
    - प्रेरणादायी विचार किंवा कोट्स आपल्या Self-Date मध्ये समाविष्ट करा.
    - तुमच्या मनास उत्साही ठेवणारे वाचन करा, हे तुमचं मनोबल वाढवू शकतं.

6. **कला किंवा क्रिएटिव्ह एक्सप्रेशन (Creative Expression):**
   - कधी कधी चित्र काढा, कविता लिहा किंवा संगीताच्या नोट्स लिहा.
   - तुमच्या भावनांना शब्दांमध्ये आणा किंवा कलात्मक रचनांमध्ये व्यक्त करा.

7. **तुमचं आवडतं कार्य (Favorite Activity):**
   - तुमचं आवडतं छंद किंवा कार्य करा (उदा. गार्डनिंग, संगीत वाजवणे, फिरायला जाणे).
   - त्यात तुमचा पूर्ण सहभाग घ्या आणि त्या अनुभवाचा संक्षिप्त लेख तयार करा.

8. **स्वास्थ्य आणि फिटनेस चाचणी (Health & Fitness Check-In):**
   - तुमच्या शारीरिक व मानसिक आरोग्याची देखरेख करा.
   - तुमच्या फिटनेस उद्दिष्टांची मोजणी करा आणि स्वस्थ जीवनशैलीसाठी काय सुधारणा करता येतील, हे लिहा.

9. **जन्माला आलेली विचारांची नोंद (Ideas & Insights):**
   - आज तुमच्याशी आलेल्या नवीन कल्पना, विचार किंवा धडे लिहा.
   - तुम्ही काही नवीन शिकले किंवा तुमच्या जीवनात काही नवीन सापडलं तर ते नोंदवा.

10. मनोरंजन आणि विश्रांती (Entertainment & Relaxation):

- विश्रांतीसाठी काही वेळ घ्या. तुमचा आवडता चित्रपट पाहा किंवा एक चांगली पुस्तक वाचा.
- त्या अनुभवांचा लेख तयार करा.

Self-Date Journal मुळात तुमच्या जीवनात सकारात्मक बदल आणण्यासाठी आणि स्वतःच्या व्यक्तिमत्वाचा ठराविक पद्धतीने अभ्यास करण्यासाठी उपयुक्त आहे. या सरावांच्या माध्यमातून तुमचा आत्मविश्वास वाढेल, तुम्हाला अधिक मानसिक शांती मिळेल, आणि तुमच्या जीवनाकडे एक वेगळ्या दृष्टिकोनातून पाहता येईल.

भाग - १८
अपेक्षांचं ओझं – दुसऱ्यांना खुश करत करत हरवलेलं स्वतःपण
The Burden of Expectations – Losing Oneself While Pleasing Others

"तू असं का केलंस?"

"तुला हेच करायला हवं होतं."

"माझ्यासाठी एक वेळ तरी काढू शकत नाहीस?"

हे प्रश्न, हे वाक्यं आपल्याला ओळखीची वाटतात का? अनेकदा हे फक्त वाक्य नसतात, तर एक अदृश्य ओझं असतं — *अपेक्षांचं ओझं.* लहानपणापासून आपल्यावर समाजाच्या, पालकांच्या, शिक्षकांच्या, नातेवाईकांच्या, आणि नंतर मित्र-मैत्रिणी, सहकारी, जोडीदार, अगदी सोशल मीडियावरच्या अनोळखी लोकांच्याही अपेक्षांचं दडपण असतं.

हळूहळू आपण स्वतःपेक्षा दुसऱ्यांना महत्त्व देऊ लागतो. आपण काय करतोय, का करतोय, हे आपल्या इच्छेपेक्षा त्यांच्या समाधानावर अवलंबून असतं. आणि मग... स्वतःसाठी जगणं मागे पडतं. हे प्रकरण म्हणजे त्या हरवलेल्या स्वतःपणाची शोधयात्रा आहे.

१. अपेक्षा – समाजाचा, कुटुंबाचा आणि स्वतःचा दबाव

तू इंजिनीअरच व्हावं, कारण तुझा मोठा भाऊ तसाच आहे...

तू मुलगी आहेस, इतकं उघड वागू नकोस...

तू एवढ्या वयात अजून काही मोठं का साध्य केलं नाहीस?

ही वाक्यं फक्त सल्ला नाहीत, ती दबावाची बीजं आहेत. समाज, कुटुंब आणि कधी स्वतःच देखील आपल्यावर आदर्शाची चौकट लादतो. आपण ती पूर्ण करावी अशी अपेक्षा ठेवतो, अपूर्ण राहिल्यास अपराधी वाटायला लागतं. याचा परिणाम असा की, अनेक लोक स्वतःचं स्वप्न न जगता दुसऱ्यांचं स्वप्न पूर्ण करण्यासाठी धडपडत राहतात.

वास्तविक विचार:

जग कितीही मोठं असलं, आपलं आयुष्य मात्र आपल्या निर्णयांनीच घडतं.

२. दुसऱ्यांना खुश करण्याचा हव्यास

"हो, मी करतो..."

"ठीक आहे, मी येते..."

"काही हरकत नाही, मी समजून घेतो..."

या 'हो' च्या मालिकेमुळे आपण स्वतःच्या गरजा बाजूला ठेवतो. अनेकांना नकार देणं अवघड जातं, विशेषतः जवळच्या लोकांना. पण प्रत्येक वेळेस दुसऱ्यांच्या इच्छांना 'हो' म्हणताना, आपण नकळत स्वतःच्या आत्म्याला 'नाही' म्हणत असतो.

उदाहरण:

कविता एक चांगली गृहिणी आहे, काम करणारी स्त्री आहे, आई आहे. घरातली प्रत्येक गोष्ट तिच्याशिवाय अडते. ती सतत इतरांसाठी धावपळ करत असते. पण स्वतःसाठी पुस्तक वाचणं, शांत बसणं, मोकळं श्वास घेणं — या गोष्टी तिच्या आयुष्यातून हरवल्या आहेत. आणि आता ती थकली आहे... पण व्यक्त होत नाहीये.

सराव:

- पुढच्या आठवड्यात एखाद्या विनंतीला सौम्य पण ठाम "नाही" म्हणायचा सराव करा.
- एका दिवसात कमीत कमी एक निर्णय फक्त स्वतःच्या आनंदासाठी घ्या.

३. स्वतःचं आयुष्य दुसऱ्यांच्या मोजपट्टीने मोजणं

"माझ्या वयाच्या लोकांनी काय केलंय?"

"माझ्या मैत्रिणीचं घर, गाडी, करिअर बघ..."

"सोशल मीडियावर सगळे किती पुढे गेलेत... मी काय केलं?"

सतत इतरांशी तुलना करणं म्हणजे आपल्या आयुष्याची जागा दुसऱ्यांना भाड्याने देणं. प्रत्येकाचा प्रवास वेगळा असतो. पण जर आपण नेहमी इतरांच्या यशाच्या काट्याने आपलं मोजत राहिलो, तर कधीच समाधान मिळणार नाही.

📌 ***वास्तविक प्रश्न:***

तुम्ही स्वतःचा मापन काटा का वापरत नाही?

लघुकथा 1: "अनघाचं उत्तर"

कथा:

अनघा एक हुशार, शांत स्वभावाची मुलगी. आई-वडिलांची लाडकी आणि अपेक्षांचं केंद्रबिंदू. वडिलांचं स्वप्न – तिने डॉक्टर व्हावं. अनघाने स्वतःला विसरून ते पूर्ण केलं. मेडिकल कॉलेज, PG, नोकरी – सगळं होतं. पण तिच्या चेहऱ्यावर एक सततची थकवा आणि रिकामेपणा होता.

एका दिवशी, तिच्या मैत्रिणीने तिला विचारलं,

"तुला तुझं आयुष्य आवडतं का?"

अनघा गप्प बसली. मग म्हणाली,

"माझं आयुष्य माझं नाही... ते कुणाचं तरी उत्तर आहे – माझ्या न दिलेल्या प्रश्नाचं."

धडा:

स्वप्नं पूर्ण करायचीच, पण ती *स्वतःची* असायला हवीत.

लघुकथा 2: "होकाराचा बंदीवान"

कथा:

प्रणवला 'नाही' म्हणता येत नव्हतं. मित्रांनी पार्टी ठेवली, ऑफिसमध्ये ॲडिशनल काम, घरच्यांची कामं – तो सगळं स्वीकारत असे. लोक त्याला 'मधुर स्वभावाचा' म्हणत, पण त्याच्या मनात खदखद.

एकदा तो आजारी पडला. डॉक्टरने विचारलं,

"तुम्हाला तणाव आहे का?"

प्रणव हसला, आणि हळूच पुटपुटला,

"माझा आजार – 'हो' म्हणण्याचं व्यसन आहे."

धडा:

सतत 'हो' म्हणणं म्हणजे स्वतःला नकार देणं.

लघुकथा 3: "शोभाचं दार बंद"

कथा:

शोभा एकेकाळी उत्तम नृत्यांगना होती. लग्न, मुलं, सासरचं घर– सगळ्यांच्या अपेक्षा पूर्ण करत करत ती नाचणं सोडून दिलं.

एकदा एका कार्यक्रमात तिने तिच्या मुलीला स्टेजवर नाचताना पाहिलं. डोळे पाणावले. मुलगी म्हणाली,

"आई, तू नाचत का नाहीस?"

शोभा शांतपणे म्हणाली,

"ते दार मी कधीच बंद केलं, पण कधीच कुलूप घातलं नाही..."

धडा:

आपली आवड कुठेही हरवत नाही, ती फक्त थांबलेली असते– आपल्याच परवानगीची वाट पाहत.

लघुकथा 4: "मी कोण?"

कथा:

राहुल IT इंजिनीअर. बायको, दोन मुलं, चांगलं पॅकेज, कार. पण तो सतत चिडचिड करायचा. एकदा त्याच्या मुलीने त्याच्याकडे पाहून विचारलं,

"बाबा, तुम्ही खुश आहात का?"

तो थांबला... विचार केला...

आणि त्या रात्री त्याने डायरीत लिहिलं –

"माझं नाव राहुल आहे, पण मी कोण आहे हे मी अजून ठरवलेलं नाही."

धडा:

बाह्य यश म्हणजे अंतःकरणाचं समाधान नाही.

भाग – १६
दुसऱ्यांच्या यशाच्या गोष्टी – आपल्या अपयशाची तुलना
Comparing Our Failures to Others' Success

आपण जिथे आहोत त्यावर समाधान मानण्याऐवजी, आपण कोठे नाही यावर लक्ष केंद्रित करत असतो. याचे एक मुख्य कारण म्हणजे *तुलना*. विशेषतः दुसऱ्यांच्या यशाच्या झगमगाटी गोष्टी आपल्या कानावर पडल्यावर आपण आपल्या अपयशाच्या जखमा कुरतडू लागतो.

१. तुलना करण्याची सुरुवात

बालपणापासूनच आपल्या आजूबाजूच्या लोकांच्या कामगिरीशी आपली तुलना केली जाते.

- "पाहिलंस का तुझ्या भावाने किती गुण मिळवले?"
- "शेजारच्या मुलाने २५व्या वयात घर घेतलं."
- "तिचं लग्न, करिअर, सगळं परफेक्ट आहे."

लघुकथा १ – रोहनची अस्वस्थता:

रोहनने खाजगी नोकरीत ८ वर्षे मेहनत केली, पण त्याला फारशी बढती मिळाली नाही. एक दिवस त्याने आपल्या मित्राचा इंस्टाग्रामवर फोटो पाहिला – त्याचा स्टार्टअप यशस्वी झाला होता, तो परदेशात गेला होता. रोहनला अचानक आपली वाटचाल थांबलेली वाटली. त्याच्या मनात प्रश्न दाटू लागले – "मी कुठे चुकलो?," "माझं आयुष्य इतकं साधं का आहे?"

२. तुलना म्हणजे यशाचं चुकीचं मोजमाप

- प्रत्येकाची पार्श्वभूमी, प्रवास आणि परिस्थिती वेगळी असते.
- यशाची वेळ प्रत्येकासाठी ठरलेली नसते.

- पण आपण एकाच गजाने मोजतो – कोण किती लवकर, किती मोठं मिळवलं.
- दुसऱ्यांच्या "हायलाइट्स" पाहून आपलं "ड्राफ्ट" वाईट वाटायला लागतं.

लघुकथा २ – मीनाचा संघर्ष:

मीनाला चित्रकला खूप आवडायची. पण तिची मैत्रीण आयटी कंपनीत मोठ्या पगारावर होती. मीनानेही त्या क्षेत्रात पाऊल टाकलं, पण मन नव्हतं. शेवटी काही वर्षांनी ती पुन्हा चित्रकलेकडे वळली. तिच्या प्रदर्शनाने तिला ओळख मिळवून दिली. ती म्हणते – *"मी comparison केलं असतं तर मी कायम चुकीच्या वाटेवर राहिले असते."*

३. तुलना – मानसिक आरोग्यावर परिणाम

- न्यूनगंड, असमाधान, निराशा वाढते
- आत्मविश्वास उध्वस्त होतो
- स्वतःच्या क्षमतांवर शंका निर्माण होते
- सतत "मी कमी का?" हा प्रश्न त्रास देतो
- यातून नैराश्य, चिंता, तणाव वाढू लागतो

संकेत ओळखा:

- दुसऱ्यांची पोस्ट पाहून अचानक आपल्याबद्दल वाईट वाटणं
- दुसऱ्याच्या यशानंतर स्वतःची कामगिरी कमी भासणं
- स्वतःच्या यशाचा आनंद घेण्याऐवजी असमाधानी होणं

४. तुलना थांबवणं – आत्ममूल्याची सुरुवात

- तुलना थांबवण्यासाठी स्वतःला ओळखणं आवश्यक
- "माझं यश म्हणजे काय?" हे स्वतःला विचारणं
- तुमच्या प्रवासाची कथा इतरांपेक्षा वेगळी आहे
- तुमचं वेळापत्रक, तुमची गती, तुमचं ध्येय वेगळं असायला हरकत नाही

प्रॅक्टिकल सल्ला:

- दर महिन्याला स्वतःच्या प्रगतीचा स्वतःशीच संवाद साधा
- सोशल मीडियावरील वेळ मर्यादित करा
- तुमच्या मेहनतीचा मागोवा ठेवा – जर्नल लिहा
- तुमच्या मूल्यांनुसार यशाची व्याख्या ठरवा

५. यशाच्या झगमगाटामागचं वास्तव ओळखा

- जे फोटो, बातम्या, पोस्ट आपण पाहतो त्या 'फिल्टर्ड' असतात
- कोणतीही यशोगाथा 'पूर्ण सत्य' नसते
- यशाआधी आलेली संकटं, अपयशं, संघर्ष – हे सहज सामोरे येत नाहीत
- दुसऱ्यांची कहाणी "प्रेरणा" असू शकते, तुलना नव्हे

६. आपल्या यशाचं स्वतःचं व्याख्यान तयार करा

- इतरांचं अनुकरण करत नसलेलं यश हे खरं आणि शाश्वत असतं

- यश म्हणजे बाह्य गोष्टींचा संग्रह नाही – तो आहे तुमचा आत्मिक समाधान
- तुमचं ध्येय स्पष्ट करा – समाजाच्या ठराविक चौकटीबाहेर जाऊन

७. 'Self-Compassion' – स्वतःशी दयाळूपणे वागा

- प्रत्येक अपयश ही शिकवण आहे
- प्रत्येकाची गती वेगळी आहे
- स्वतःच्या चुकांकडे कठोर न पाहता, समजूतदारपणे पाहा
- तुलना केल्याने फक्त स्वतःशीच अन्याय होतो

८. सराव आणि आत्मचिंतनाचे टप्पे

दररोजचे सराव:

1. **3 गोष्टी लिहा** – ज्या तुम्ही योग्य पद्धतीने केल्या
2. **एक तुलना थांबवा** – जिथे तुम्ही दुसऱ्याशी स्वतःची तुलना करत होता
3. स्वतःच्या यशासाठी एक छोटं पाऊल उचला

आठवड्याचा अभ्यास:

- "दुसऱ्याच्या यशाने माझं काय हरवलं?" – हळूहळू हा विचार सोडा
- "माझं ध्येय काय?" याचं उत्तर लिहा आणि दर आठवड्याला वाचा
- प्रेरणादायी पण वास्तववादी कहाण्या वाचा

९. प्रेरणादायी विचार (Quotes):

- *"Don't compare your beginning to someone else's middle."*
- *"Your journey is unique. Own it."*
- *"Comparison is the thief of joy." – Theodore Roosevelt*

१०. उपसंहार – तुलना थांबवा, स्वतःच्या प्रगतीचा सन्मान करा

दुसऱ्यांच्या यशात प्रेरणा आहे, पण त्यातून न्यूनगंड नको.

प्रत्येकाची वेळ, वाट आणि क्षमता वेगळी आहे.

तुलना थांबवली, की शांतता सुरू होते.

स्वतःच्या गतीने, स्वतःच्या पद्धतीने चालताना जे समाधान मिळतं, तेच खरं यश आहे.

भाग - १७
दुसऱ्यांच्या मतांनी घडलेला भ्रम – आत्मभान हरवलंय का?
The Illusion Created by Opinions – Have We Lost Self-Awareness?

प्रस्तावना:

"तू तेच कर, तेच योग्य आहे."

"त्यात भवितव्य नाही."

"लोक काय म्हणतील?"

हे वाक्य आपण किती वेळा ऐकतो? आणि किती वेळा आपण त्यांचा प्रभाव झुगारून स्वतःच्या मनाप्रमाणे वागतो? फारच कमी वेळा. कारण आपल्याला भीती असते – चुकीचं ठरवण्याची, टाकून दिलं जाण्याची, किंवा लोकांमध्ये हास्याचा विषय होण्याची. हीच दुसऱ्यांच्या मतांची छाया आपलं आत्मभान गमावते.

या प्रकरणात आपण पाहणार आहोत –

- दुसऱ्यांच्या मतांचा अतिरेक कसा भ्रम निर्माण करतो
- आत्मभान हरवल्याचे परिणाम
- आणि ते पुन्हा कसं मिळवायचं

१. दुसऱ्यांच्या अपेक्षांचं ओझं

समाजाच्या नजरा – एक अदृश्य छायाचित्र

आपण लहानपणापासूनच एक 'आदर्श' चौकटीत टाकले जातो–

शिक्षक सांगतात: "डॉक्टर हो."

पालक म्हणतात: "इंजिनिअर हो."

मित्र म्हणतात: "त्या फील्डला भविष्य नाही."

सोशल मीडिया ओरडतो: "या मार्गानं यश मिळतं."

या सर्वांचे मिळून तयार होतं एक **भ्रामक यशाचं नकाशा**, ज्यात आपली स्वतःची दिशा हरवते.

लघुकथा: नीलाची कहाणी

नीलाला लहानपणापासून गायनाची आवड होती. पण तिच्या घरच्यांना वाटायचं – 'कलाक्षेत्रात करिअर नाही.' त्यांनी तिला इंजिनिअरिंगला पाठवलं. नोकरी मिळाली, पण ती रोज थकल्यासारखी असायची. आवाज तिच्या आत साचलेला होता, पण व्यक्त होऊ शकत नव्हता. अनेक वर्षांनी, तिनं गाण्याचा क्लास घेतला. तिला साक्षात्कार झाला – "हेच मी होते." पण तोपर्यंत आयुष्याचा बराच भाग निघून गेला होता.

२. आत्मभान म्हणजे नेमकं काय?

- स्वतःच्या भावना, मूल्यं, इच्छांची जाणीव
- इतरांनी सांगितलेलं नव्हे, तर आपण खरंच काय होऊ इच्छितो हे ठरवणं
- अंतर्गत समाधान शोधणं – बाह्य मान्यतेपेक्षा महत्त्वाचं

एक छोटा प्रयोग:

दररोज स्वतःला एक प्रश्न विचाराः "मी जे करत आहे, ते माझं आहे का कुणाच्या दबावाचं?"

३. मतांचा भ्रम कसा तयार होतो?

आपल्या आजूबाजूला प्रत्येकाला मत असतं –

- लग्न कधी करायचं
- करिअर कुठलं निवडायचं

- पैसे कुठे गुंतवायचे

हे मतं सतत आपल्यावर आदळतात, तेव्हा आपण आपला आवाज विसरतो.

लघुकथा: अमेयचा संघर्ष

अमेयला फोटोग्राफीची आवड होती. पण त्याचे मित्र सतत टोमणे मारायचे – "या लाईनीत पैसे नाहीत." अमेय नोकरीला लागला, पण आत्मसंतोष हरवला. एका दिवशी, त्यानं झपाटल्यासारखा निर्णय घेतला – नोकरी सोडून पूर्णवेळ फोटोग्राफर झाला. सुरुवातीला संघर्ष होता. पण आज, अमेयकडे स्वतःचा स्टुडिओ आहे आणि अनेक पुरस्कारही.

४. मतांचा अतिरेक म्हणजे अपयशाचं मूळ?

होय. जेव्हा निर्णय आपले नसतात, तेव्हा अपयशाची जबाबदारीही आपली वाटत नाही. आपण दुसऱ्यांच्या मतांनुसार जगतो, पण ते आयुष्य आपल्याला साजेसं नसतं. त्यामुळे त्यात यश येणंही कठीण जातं.

५. आत्मभान हरवलं की काय होतं?

- निर्णय घेण्यात गोंधळ
- आत्मविश्वास डळमळीत
- चुकल्यास दुसऱ्यांना दोष
- खरा आनंद हरवतो

लघुकथा: स्वप्नाचा अंत

अनिता खूप हुशार लेखिका होती. पण तिच्या नवऱ्याला वाटायचं – "लेखन म्हणजे टाइमपास." तिनं लेखन थांबवलं.

काही वर्षांनी, तिला मानसिक अस्वस्थता जाणवायला लागली. थेरपिस्टनं विचारलं – "तुमचं शेवटचं खरं समाधान कुठे होतं?" उत्तर आलं – "माझ्या लेखनात."

६. आत्मभान पुनर्प्राप्त करणं – सुरुवात तुमच्यापासून

- दररोज १० मिनिटं शांत बसून स्वतःशी संवाद साधा
- स्वतःला प्रश्न विचारा:
    - "मी हे का करत आहे?"
    - "हे निर्णय माझे आहेत का?"

७. दुसऱ्यांचं मत ऐका, पण सत्य मानू नका

- लोकांचा सल्ला त्यांच्या अनुभवावर आधारित असतो – तो अंतिम सत्य नाही
- निर्णय तुमच्या अंतःप्रेरणेनं घ्या
- चुका झाल्यास शिकायला मिळतं – पण ती तुमची चूक असते, दुसऱ्यांची नाही

८. आत्मभान असलेले निर्णय – टिकतात

- कारण त्यात तुमचं मन असतं
- तुम्ही त्यासाठी झगडता, चिकाटीने प्रयत्न करता
- अडचणींना तुम्ही पराभव मानत नाही – कारण तुम्ही 'स्वतःसाठी' लढता

९. आत्मभान म्हणजेच खऱ्या यशाची सुरुवात

सत्य:

दुसऱ्यांना खूश करत जगलो, तर शेवटी स्वतःशीच हरतो.

पण स्वतःच्या अंतरात्म्याशी नातं जपलं, तर अपयश आलं तरी आत्मभान टिकतं – आणि तेच तुमचं बळ ठरतं.

१०. सराव आणि आत्मभान वाढवणाऱ्या सवयी

सवय	कृती
1	दिवसातून १० मिनिटं शांतपणे स्वतःशी बोला
2	'ना' म्हणण्याचा सराव करा – जे तुमचं नाही त्याला नकार द्या
3	आठवड्यातून एक वेळा पूर्ण निर्णय स्वतः घ्या
4	दररोज तुमचं 'का' स्पष्ट लिहून काढा
5	महिन्यातून एक वेळा आत्मभानावर एखादी गोष्ट लिहा

संक्षिप्त धडे

- दुसऱ्यांचं ऐका, पण स्वतःला विसरू नका
- आत्मभान गमावलं, तर यश गवसत नाही
- निर्णय स्वतःचे असले, तर अपयशातही शिकता येतं
- दुसऱ्यांना खूश करत आयुष्य घालवू नका – स्वतःचं समाधान शोधा

उपसंहार:

दुसऱ्यांच्या मतांनी आपण प्रभावित होणं स्वाभाविक आहे, पण त्यांना आपलं अस्तित्वच ठरू द्यायचं का? आत्मभान म्हणजे

आपल्या अंतर्मनाशी असलेलं नातं. ते नसेल, तर आपण एक कठपुतळी बनतो – दुसऱ्यांच्या धाग्यांनी हालणारा.

पण एकदा आत्मभान जागं झालं, की तुम्ही स्वतःच्या निर्णयांचे शिल्पकार होता. ते निर्णय तुमचं यश घडवतात – आणि अपयश आलंच, तरी त्यातून शिकण्याची ताकद देतात. कारण ते निर्णय तुमचे असतात – तुमच्या आत्म्याशी प्रामाणिक.

🧵 लघुकथा: राहुल – 'बँकिंग म्हणजे स्थैर्य, नव्हे सुख'

राहुलला ट्रेकिंग आणि पर्यटनाची जबरदस्त आवड होती. तो Geography मध्ये करिअर करू इच्छित होता – पर्यटन मार्गदर्शक म्हणून. पण घरच्यांचा आग्रह – "बँकेत लागल्यास आयुष्य सेटल होईल." त्यांनी अर्ज भरवला, परीक्षा दिली आणि शेवटी क्लेरिकल पोस्ट मिळाली.

पण नोकरीत चार वर्ष झाली तरी त्याचं मन कधी बसलंच नाही. ऑफिसमधून सुटल्यावर तो डोंगरांकडे, नकाशांकडे आणि ट्रेकिंग ग्रुपकडे बघत राहायचा. त्याचं आत्मभान केव्हाच हरवलं होतं.

एके दिवशी मित्र म्हणाला, "तू रोज स्वतःशी फसवणूक करतो आहेस." त्या वाक्याने त्याला झटका बसला.

राहुलने रिस्क घेतला. नोकरी सोडून स्वतःचं ट्रेकिंग एजन्सी सुरू केली. आज तो हजारो लोकांना निसर्गाशी जोडतोय – आणि स्वतःशीही.

🧵 लघुकथा: सौम्या – 'यशस्वी दिसण्याची जबाबदारी?'

सौम्या सोशल मीडियावर सतत पोस्ट करत असे – ब्रँडेड कपडे, फूड व्लॉग्ज, परदेश प्रवासाचे फोटो. तिला यशस्वी, परिपूर्ण, "goals" वाटावं इतकी इमेज तयार झाली होती.

पण तिच्या मित्रमैत्रिणींना माहिती होतं – ती कर्जात बुडाली आहे, रात्री झोप येत नाही, कारण ती स्वतः न राहता 'दुसऱ्यांच्या अपेक्षा पूर्ण करत' जगतेय.

एका मित्रानं तिला विचारलं, "तू यशस्वी आहेस का, की फक्त तसं 'दिसण्याचा' अभिनय करतेयस?"

ती गप्प झाली. आणि काही दिवसांत तिनं सोशल मीडियावरुन ब्रेक घेतला. शांततेत स्वतःला शोधू लागली.

🧵 लघुकथा: अनिकेत – 'MBA नव्हे, मुलांची गोष्ट खरी आहे'

अनिकेतला मुलांसोबत काम करायला आवडायचं. तो शिक्षक होऊ इच्छित होता. पण घरच्यांना वाटायचं – "शिक्षक म्हणजे कमी पगार. MBA कर, पगार जास्त."

त्यांनी लोन घेऊन MBA केलं. नोकरी लागली. पगार चांगला. पण काहीतरी हरवत होतं.

एकदा NGO ने आयोजित केलेल्या एका वर्कशॉपमध्ये अनिकेत गेला आणि तो दिवस त्याच्या आयुष्याचा टर्निंग पॉईंट ठरला. तो तिथे स्वयंसेवक म्हणून काम करू लागला, नंतर पूर्णवेळ शिक्षक झाला – वंचित मुलांसाठी.

आता तो म्हणतो, "मी आयुष्यात उशिरा का होईना, पण स्वतःला शोधलं."

✦ प्रॅक्टिकल टूल्स – आत्मभान जपण्यासाठी (Practical Tools)

☑ Tool 1: 'मी हे का करत आहे?' डायरी (The WHY Diary)

प्रक्रिया:

दररोज रात्री खालील प्रश्न स्वतःला विचारा आणि लिहा:

1. आज मी जे केलं, त्यातले कोणते निर्णय 'माझे स्वतःचे' होते?
2. कोणते निर्णय फक्त दुसऱ्यांना खूश करण्यासाठी घेतले?
3. माझं अंतरंग काय सांगत होतं – आणि मी त्याकडे दुर्लक्ष केलं का?

उद्दिष्ट: आत्मपरीक्षणाची सवय लावणं आणि नकळत दुसऱ्यांच्या प्रभावाखाली असलेले निर्णय ओळखणं.

Tool 2: 'ना' म्हणायचा सराव (Say NO Challenge)

प्रक्रिया:

दर आठवड्यात एकदा तरी अशा एखाद्या विनंतीला "नकार" द्या –

- जी तुमच्या मूल्यांशी जुळत नाही
- जी तुम्हाला मानसिक त्रास देते
- जी फक्त सामाजिक दबावामुळे मान्य केली गेली असती

उदाहरण:

- अनावश्यक पार्टीला न जाणं
- नको असलेली खरेदी न करणं

- "मी हे नाही करू शकत" असं स्पष्ट सांगणं

उद्दिष्ट: स्वतःच्या सीमा ओळखणं आणि स्वतःच्या निर्णयांना प्राधान्य देणं.

Tool 3: 'कोण आहात तुम्ही?' कार्ड (Who Am I Card)

प्रक्रिया:

एका कागदावर हे वाक्य पूर्ण करा:

- "मी यशस्वी आहे जेव्हा मी ____________________"
- "माझं आयुष्य अर्थपूर्ण वाटतं जेव्हा मी ____________________"
- "माझ्या निर्णयांचं मोजमाप मी ____________________ यावर करतो."

या कार्डला आपल्या वॉलेटमध्ये ठेवा किंवा दररोज दिसणाऱ्या जागी चिकटवा.

उद्दिष्ट: आपल्या मूल्यांची आणि ओळखीची आठवण दररोज करून देणं – जेव्हा दुसऱ्यांच्या मतांचा गोंगाट वाढतो, तेव्हा हे कार्ड तुम्हाला स्वतःकडे परत आणतं.

समारोप:

दुसऱ्यांची मतं आपल्याला दिशा देऊ शकतात – पण नकळत ती आपलं जीवनच ठरवायला लागली, की आपण आपल्याच जीवनातून दूर जातो.

ही लघुकथा आणि प्रॅक्टिकल टूल्स हेच सांगतात –

"स्वतःकडे परत या. कारण इतरांची यशस्वी वाट तुमचं अपयश असू शकतं."

भाग - १८

पुन्हा सुरुवात करण्याची भीती - अपयशाने तयार केलेली भीतीची भिंत

Fear of Starting Over – The Wall Built by Failure

अपयशानंतर सर्वात मोठं आव्हान काय असतं? स्वतःला पुन्हा उभं करणं, आणि पुन्हा चालायला लागणं. अनेकदा आपण पराभवातून बाहेर येतो, पण पुढच्या पावलांसाठी मन तयार नसतं. ही मानसिक भीती – पुन्हा चुकण्याची, पुन्हा अपयशी ठरण्याची – आपल्याला ठप्प करत असते. या प्रकरणात आपण याच मानसिकतेचा, त्यामागच्या कारणांचा आणि ती भीती ओलांडण्याच्या मार्गांचा विचार करूया.

१. अपयशाचं गहिरं छायाचित्र

अपयश म्हणजे केवळ घडलेली घटना नाही, तर ती आपली ओळख बनते

"मी चुकलो" हे "मी अयशस्वी आहे" मध्ये रूपांतरित होतं

एक चुकीचा अनुभव आपल्याला पुढील अनेक संधींपासून दूर ठेवतो

२. अपयशाने तयार होणारी भीतीची भिंत

"पुन्हा असंच झालं तर?" ही सततची चिंता

लोक काय म्हणतील? याची मनातली अस्वस्थता

आत्मविश्वास ढळतो आणि निर्णय क्षमतेवर परिणाम होतो

३. सुरुवात करणं का कठीण वाटतं?

अपयशाचं दुः ख अजूनही मनात खोलवर रुजलंय

नवीन प्रयत्नात जुना अनुभव अडथळा बनतो

स्वतःवरचा विश्वास कमकुवत झालेला असतो

४. भीतीमुळे स्थैर्य न येणं

संधी समोर असूनही ती धाडस न करता गमावणं

मनात 'पुढे काय?' याचा गोंधळ असतो

भीतीमुळे कृतीचं बंधन निर्माण होतं

५. "धाडस" म्हणजे काय?

अपयश असूनही पुढे जाण्याची तयारी

चुकण्याची भीती असूनही प्रयत्न करणे

दुसऱ्याच्या मतांपेक्षा स्वतःच्या निर्णयावर विश्वास ठेवणे

उदाहरण: आदित्यचा व्यवसाय बुडाला. पुन्हा सुरुवात करताना त्याला सगळ्यांनी अडवलं. पण त्याने छोट्या प्रोजेक्टने सुरुवात केली – आणि आज तो यशस्वी उद्योजक आहे.

६. मानसिक तयारी कशी करावी?

अपयश 'घडलेली गोष्ट' आहे, 'स्वतःची ओळख' नाही

चुकांमधून शिकल्याशिवाय वाढ नाही

स्वतःला क्षमा करा – आणि परत उभे रहा

७. छोट्या गोष्टींनी सुरुवात करा

एका छोट्या सवयीने बदलाची नांदी होते

उदाहरणार्थ: दररोज सकाळी १५ मिनिटं नियोजन करणे

छोट्या यशांनी मोठ्या आत्मविश्वासाचं बीज पेरलं जातं

८. "पुन्हा सुरुवात" यशाचं नवं पान असू शकतं

अपयशाच्या मागे अनुभव असतो – जो नव्या सुरुवातीसाठी अमूल्य ठरतो

ज्यांनी खूपदा हरलंय, त्यांनीच मोठं जिंकलंय

उदाहरण: थॉमस एडिसनच्या १००० अपयशी प्रयत्नानंतर निर्माण झालं बल्बचं युग

९. भीतीवर मात करण्याचे सरावाचे मार्ग

1. भीती मोकळेपणाने लिहा – तिचं स्वरूप स्पष्ट होईल
2. "जर अपयश आलं तर काय?" या प्रश्नाचं उत्तर आधीच ठरवा
3. अपयशाच्या आधीचे यश आठवा – स्वतःला प्रेरणा द्या
4. आत्मविश्वास वाढवण्यासाठी सवयी बनवा – व्यायाम, वाचन, संवाद
5. अपयशाबद्दल कुणाशी तरी बोला – ती भावना हलकी होईल

१०. पुन्हा सुरुवात करणं म्हणजे काय हरवलंय हे नव्याने शोधणं

अपयश तुम्हाला थांबवण्यासाठी नाही, तर सजग करण्यासाठी असतं

नवीन सुरुवात म्हणजे नवा दृष्टिकोन, नवे निर्णय

ती भिंत तुम्ही उभारलेली असते – ती तुम्हालाच तोडायची असते

संक्षिप्त धडे

अपयश तुमचं अंतिम सत्य नाही – ते एक पायरी आहे

सुरुवात करायला मोठं पाऊल नको – छोटा आत्मविश्वास पुरेसा आहे. भीती तुमच्यावर राज्य करत असेल, तर निर्णय तिचे/त्याचे, तुमचे नाही

निर्णयाचा मालक बना – कारण सुरुवात पुन्हा करणं, हेच यशाचं मूळ आहे

उपसंहार

जिथे अपयश थांबतं, तिथूनच पुन्हा सुरुवात होऊ शकते. भीतीच्या भिंतीला तडा देणारा पहिला प्रयत्नच, भविष्यातल्या यशाचं दार उघडतो. स्वतःवर पुन्हा विश्वास ठेवणं, पुन्हा पावलं टाकणं – हीच खरी ताकद आहे. चला, पुन्हा एकदा चालायला सुरुवात करूया – थोडं सावध, पण नक्कीच सजग.

भाग - १९
अर्धवट सोडलेली स्वप्नं – अपूर्णतेची सल
Abandoned Dreams – The Ache of Incompleteness

प्रत्येकाच्या आयुष्यात अशी काही स्वप्नं असतात, जी काही कारणांमुळे अर्धवट राहतात. ती पूर्ण न झाल्याची सल मनात खोलवर घर करून बसते. काहीवेळा ही स्वप्नं वास्तवाशी भिडत नाहीत, कधी मनातल्या भीतीने त्यांचा त्याग होतो, तर कधी परिस्थिती त्यांच्या आड येते. पण ही अपूर्ण स्वप्नं, पूर्ण झालेली नसतानाही, आपल्या जीवनावर खोल परिणाम घडवतात. या प्रकरणात आपण ही अपूर्णता का राहते, तिचा आपल्या मानसिकतेवर होणारा परिणाम, आणि ही सल रूपांतरित करण्याचे मार्ग जाणून घेऊया.

१. अर्धवट स्वप्नं – एक भावनिक अधांतरी स्थिती

- पूर्ण न झालेल्या गोष्टी कायम मनात रुंजी घालतात
- "जर ते पूर्ण केलं असतं तर?" ही विचारांची साखळी सुरू राहते
- ही सल अनेकदा अपराधभावना किंवा नैराश्य निर्माण करते

२. स्वप्नं अर्धवट का राहतात?

- **परिस्थितीचा अडथळा** – आर्थिक, कौटुंबिक, सामाजिक जबाबदाऱ्या
- **आत्मविश्वासाचा अभाव** – “मी हे करू शकतो का?” हा प्रश्न
- **योग्य मार्गदर्शन, वेळ किंवा साधनांची कमतरता**
- **अपयशानंतरचा मागे हटण्याचा निर्णय** – एकदा प्रयत्न केला, अपयश आलं, आणि तिथेच थांबण्याची वृत्ती

३. अपूर्णतेची भावनिक किंमत

- मनात सतत अस्वस्थता आणि खंत निर्माण होते
- स्वतःच्या क्षमतांवर शंका घेण्याची सवय लागते
- स्वतःला कमी लेखण्याची प्रवृत्ती वाढते
- तुलना – "त्याने केलं, मी नाही" यामुळे निराशा वाढते

४. ही सल कशी व्यक्त होते?

- चिडचिडेपणा, नकारात्मक विचार
- नवीन स्वप्नं पाहण्याची भीती
- इतर गोष्टींमध्ये समाधान न मिळणे
- जीवनाविषयी उदासिनता

लघुकथा: "श्रुतीचं नृत्य"

श्रुतीला लहानपणापासून भरतनाट्यमची प्रचंड आवड. पण दहावीच्या परीक्षा, आई-वडिलांचा अभ्यासावर जोर, आणि नंतर कॉलेजच्या गडबडीत तिचं नृत्य थांबलं. लग्न, करिअर, मूल... सगळं झालं, पण आत कुठे तरी एक शांत सल होती. एक दिवस तिच्या मुलीच्या शाळेत 'पेरेंट्स टॅलेंट शो'ची घोषणा झाली. तिने थरथरत पुन्हा घुंगरू बांधले. वर्षांनी स्टेजवर उभी राहताच ती रडली – पण ते अश्रू वेदनेचे नव्हते, पुनर्जन्माचे होते.

५. अपूर्ण स्वप्नं – प्रेरणादायक ठरू शकतात का?

- होय, जर त्यांचा स्वीकार केला आणि नव्या रूपात त्यांचा पाठपुरावा केला

- अर्धवट स्वप्नांमध्ये अद्याप ऊर्जा असते – योग्य वेळ आणि दृष्टी मिळाल्यास ती मूर्त रूप घेऊ शकतात

६. अपूर्णतेचा स्वीकार – दुःख नाकारण्यापेक्षा महत्त्वाचा

- जे घडलं नाही, त्याचा शोक करून थांबू नका
- स्वप्नं अपूर्ण राहणं हा पराभव नाही – ती एक संधी असू शकते दुसरं काही शोधण्याची

लघुकथा: "संजयचं सायकल स्वप्न"

संजयचं बालपण गरीबीमध्ये गेलं. लहानपणी त्याचं स्वप्न होतं – एक स्पोर्ट्स सायकल घेण्याचं आणि शर्यतीत भाग घेण्याचं. पण घरच्या गरजा त्याच्या बालसुलभ इच्छा गिळून टाकत गेल्या. वय वाढलं, जबाबदाऱ्या आल्या. एका दिवशी त्याने ठरवलं – ३० व्या वाढदिवशी स्वतःसाठी स्पोर्ट्स सायकल घेणार. त्यानं घेतली – आणि आज तो वीकेंडला सायकलिंग ग्रुपसोबत ट्रेकिंग करतो. स्वप्न उशिरा पूर्ण झालं, पण त्याने ते जपलं.

७. अर्धवट स्वप्नांचं रूपांतर

- तेच स्वप्न नव्याने पूर्ण करता येईल का?
- त्याचा कोणता भाग इतर क्षेत्रात वापरता येईल का?
- त्या अनुभवाने नवा मार्ग दाखवला का?

८. अर्धवट स्वप्नांसाठी स्वतःला दोष देऊ नका

- प्रत्येकजण काही ना काही अर्धवट सोडतो
- महत्त्वाचं आहे – त्यातून शिकणं आणि पुढे जाणं
- जीवनात काही गोष्टी योग्य वेळीच पूर्ण होतात

९. अपूर्णतेचा परिपाक – एक नवसंजीवनी

- अर्धवट स्वप्नं तुमचं वास्तव समृद्ध करतात – जर त्यांच्याकडे योग्य दृष्टीने पाहिलं तर
- त्यांनी तुम्हाला थांबवलं नाही, तर शिकवलं – हे लक्षात ठेवा

प्रॅक्टिकल टूल्स:

१. अपूर्ण स्वप्न नोंदवण्याचा जर्नल:

- एका डायरीत लिहा – "माझं अर्धवट राहिलेलं स्वप्न काय आहे?"
- त्याला अडवणाऱ्या कारणांची यादी करा
- त्या अनुभवातून तुम्ही काय शिकलात ते लिहा
- आज ते नव्या स्वरूपात जिवंत करता येईल का याचा विचार करा

२. "स्वप्न पुनर्रचना" वर्कशीट:

अर्धवट स्वप्न	अडथळा	काय शिकलो	नव्याने सुरुवात कशी होईल?
नृत्य शिकणं	वेळेचा अभाव	मनःशांती, स्टेज भीती	आठवड्यातून २ दिवस क्लास

३. "स्वप्न संवाद" मेडिटेशन:

दररोज ५ मिनिटं डोळे मिटून त्या स्वप्नाशी संवाद करा. त्याला सांगा – "मी तुला विसरलेलो नाही. मी तुला नव्या रूपात पुन्हा जिवंत करीन."

संक्षिप्त धडे

- अपूर्ण स्वप्नं ही अपयशाची नाही, अनुभवाची ठेवी आहेत
- त्यांचा स्वीकार म्हणजे मानसिक शांतीचा मार्ग
- पुन्हा स्वप्न पाहणं हीच खरी जिगर आहे
- तुमचं स्वप्न कोणी दुसरं जपू शकत नाही – ते तुमचं आहे, आणि तेच तुमचं अस्तित्व आहे

उपसंहार

अपूर्ण स्वप्नं जीवनात खंत निर्माण करतात, पण तीच स्वप्नं नव्या रूपात परत येऊ शकतात – जर आपण ती उघड्या मनाने स्वीकारली आणि नव्या दृष्टीने पाहिली. प्रत्येक अधुरेपणात पूर्णतेचा एक धागा असतो. तो शोधणं, गुंफणं, आणि स्वतःच्या जीवनात उमलवणं – हेच खऱ्या अर्थाने यशाचं पुनर्निर्माण आहे. अर्धवट स्वप्नांना एक संधी द्या – कदाचित त्यातूनच तुमचं पूर्णत्व बाहेर येईल.

प्रत्येक माणूस आयुष्यात यशाच्या शिखरावर पोहोचण्यासाठी झगडतो. पण अनेकदा या प्रयत्नांना खोडा घालणारी एक गोष्ट असते – **तुलना**.

"तो बघ, माझ्याच वयाचा असून त्याने किती प्रगती केलीये!"

"तिच्या सोशल मीडियावर पाहा, रोज काहीतरी गाठतेय... आपण कुठे आहोत?"

हे शब्द आंतरिक असंतोषाचं मूळ ठरतात. आणि या तुलनेच्या सापळ्यात आपण नकळत अडकतो.

४. तुलना म्हणजे स्वतःच्या यशाची अब्रुधा

- आपण जे मिळवलंय, जे साध्य केलंय, त्याची किंमत आपल्यालाच उरलेली नसते.
- "हे काय विशेष? तो तर..." अशी भावना मनात डोकावते.
- दुसऱ्याच्या मोजपट्टीवर स्वतःचं आयुष्य मोजण्याची ही प्रक्रिया हळूहळू आनंद हिरावते आणि असंतोष वाढवते.

५. सोशल मीडियाचं वास्तव – एक एकांगी चित्र

- आज सोशल मीडियावर प्रत्येक पोस्ट ही यशाचं प्रदर्शन असते.
- संघर्ष, अपयश, तडजोड – या गोष्टी फारशा कुणी उघड करत नाही.
- म्हणूनच, इतरांचं यश आपल्याला अधिक मोठं वाटतं– कारण आपल्याला त्यांच्या कष्टांचं परिपूर्ण चित्र माहीत नसतं.
- आपल्याला फक्त सर्टिफिकेट्स, गाड्या, घरं, पुरस्कार दिसतात – त्यामागे झाकलेली मेहनत, अपयश, अश्रू – कधीच नाही.

६. तुलना टाळणं म्हणजे स्वतःच्या प्रगतीवर लक्ष केंद्रित करणं

- आपलं ध्येय वेगळं, आपली गती वेगळी. म्हणून तुलना करणे चुकीचं.
- स्वतःची प्रगती दर महिन्याला तपासा:

- मी आज कुठे आहे?
- मागच्या महिन्याच्या तुलनेत काय बदललंय?
- मी कोणत्या क्षेत्रात अधिक चांगला झालो आहे?

प्रॅक्टिकल सराव:

- "मी कोणाशी तुलना करतोय? आणि का?" – स्वतःला विचारा.
- आठवड्यातून एकदा सोशल मीडिया ब्रेक घ्या.
- स्वतःचं यश 'बाह्य मान्यते'वर नाही, तर 'आत्मसंतोषावर' आधारित परिभाषित करा.

७. दुसऱ्यांच्या यशातून प्रेरणा घ्या, तुलना नाही

लघुकथा: योगिता आणि लेखनाचा प्रवास

योगिता ही एक तरुण लेखिका. तिचा सोशल मीडिया फीड नेहमीच एका प्रसिद्ध लेखकाच्या स्टोरीजने भरलेला असायचा. सुरुवातीला ती त्याच्याशी स्वतःची तुलना करायची आणि स्वतःला कमी लेखायची.

पण एका टप्प्यावर तिने त्याच्या यशाच्या मागची कथा वाचली – अपयश, नकार, मानसिक संघर्ष आणि सातत्य.

त्यामुळे तिला समजलं की **प्रेरणा घेणं वेगळं आणि तुलना करणं वेगळं.**

ती त्याच्याच शैलीतून शिकत स्वतःची शैली विकसित करू लागली. आज योगिता स्वतःचं स्वतंत्र लिखाण करत आहे – आणि स्वतःचं यश स्वतः ठरवत आहे.

८. अपयश हे वैयक्तिक नसतं – ते प्रवासाचा भाग आहे

- प्रत्येक यशामागे काही अपयशं असतात.
- ती फारशी दिसत नाहीत, बोलली जात नाहीत – पण ते असतातच.
- म्हणून स्वतःच्या अपयशाचं 'जास्तीकरण' करणे थांबवा – तेही यशाच्या प्रवासातील एक 'स्टॉप' आहे.

९. स्वतःचा मार्ग स्वतः शोधणं

- तुलना टाळून स्वतःचं ध्येय स्वतः ठरवा.
- तुमचं आनंदाचं आणि यशाचं मोजमाप इतरांच्या तुलनेत नको – तर तुमच्या मूल्यांनुसार असावं.
- **"तुमचं आयुष्य ही तुमचीच शर्यत आहे – कोणाशीही नाही."**

१०. प्रेरणादायक सवयी – तुलना टाळण्यासाठी:

1. **दिवसात ५ मिनिटं** – आपल्या प्रगतीबद्दल लिहा.
2. **दुसऱ्यांचं कौतुक** करा – पण स्वतःला कमी समजू नका.
3. यशाच्या गोष्टी वाचताना त्यामागचं अपयश शोधा.
4. **प्रत्येक महिन्याला एक नवीन कौशल्य** आत्मसात करा–आणि स्वतःला त्यात वाढवण्यासाठी वचनबद्ध व्हा.

संक्षिप्त धडे:

- **तुलनेनं यश मिळत नाही**, उलट मनोधैर्य गमावतो.
- दुसऱ्यांच्या यशातून **प्रेरणा घ्या, स्पर्धा नको**.
- **स्वतःचं मूल्य** दुसऱ्यांच्या तुलनेत नाही, तर **स्वतःच्या प्रगतीत आहे**.
- सोशल मीडियाचं वास्तव लक्षात ठेवा – **बाह्य झगमगाटामागचं सत्य शोधा.**

उपसंहार: स्वतःचं यश परिभाषित करा

दुसऱ्यांच्या यशाच्या कथा त्या व्यक्तींच्या **परिस्थिती, कष्ट, निर्णय, आणि वेळेचं** फळ असतात.

आपण त्या गोष्टींचं कौतुक करायला हवं – पण **त्यांच्यासारखं बनायचं नाही**.

आपण फक्त स्वतःसारखं होण्याचा प्रयत्न केला,

तरच **खऱ्या अर्थानं यशस्वी आयुष्य** जगता येईल –

आणि **अपयशावर विजय** मिळवता येईल.

भाग - २०

लोक काय म्हणतील – सामाजिक भीतीचं बंधन

What Will People Say? – The Trap of Social Fear

"मी हे केलं तर लोक काय म्हणतील?"

"जर अपयशी ठरलो तर?"

"समाजात नाक दाखवायला जागा राहील का?"

हे प्रश्न केवळ विचार नसतात, ते मनाचे गालबोट होतात – जे आपल्या कृती, निर्णय, आणि शेवटी आयुष्यावर परिणाम करतात. आपण किती वेळा फक्त या 'भयगंडा'मुळे एखादी गोष्ट सोडून दिली आहे? या प्रकरणात आपण हे सामाजिक बंधन कसं तयार होतं, त्याचे मनोवैज्ञानिक आणि व्यावहारिक परिणाम काय असतात, आणि आपण त्यातून स्वतःला कसं मुक्त करू शकतो हे पाहूया.

१. सामाजिक भीती म्हणजे काय?

सामाजिक भीती म्हणजे दुसऱ्यांच्या मतांनी आपल्यावर असलेला अनावश्यक प्रभाव.

यात भीती असते – नकाराची, टीकेची, अपमानाची.

"लोक काय म्हणतील?" हा विचार इतका खोलवर रुजतो की आपण आपलं आयुष्य इतरांच्या अपेक्षांप्रमाणे घडवतो.

२. या मानसिकतेचा उगम

- बालपणापासून सांगितलेली वाक्यं –

  "लोकांचं ऐकून वागा," "चार लोक बघतील," "नावाला काळीमा फसू नकोस"

- समाजाकडून यशासाठी दिल्या जाणाऱ्या परंपरागत व्याख्या

- अपयशाला 'कलंक' मानण्याची मानसिकता

३. या भीतीचे परिणाम

- निर्णय घेण्याचं स्वातंत्र्य हरवतं
- प्रामाणिक अपयश लपवण्यात वेळ घालवतो
- स्वप्नांची हत्या होते – इतरांच्या समाधानासाठी

४. लघुकथा: "अद्वैतचा निर्णय"

अद्वैतला अभिनयाची आवड होती. कॉलेजच्या स्पर्धांमध्ये त्याचं नाव होतं. पण घरच्यांचा आग्रह – "डॉक्टर व्हा," कारण "समाजात नाव होईल." अद्वैतने मेडिकलला प्रवेश घेतला, अभिनय सोडला.

१० वर्षांनी, तो डॉक्टर होता, पण त्याच्या नजरेत शांतता नव्हती.

एका दिवशी, एका थिएटरमध्ये तो प्रेक्षक म्हणून गेला. पडद्यावर एक कलाकार बोलत होता:

"तुमचं आयुष्य समाज जगणार नाही – मग त्यांच्यासाठी का जगता?"

त्या रात्री अद्वैतने पहिल्यांदा स्वतःसाठी विचार केला...

५. अपयश आणि सामाजिक दबाव

अपयश झालं की लोक काय म्हणतील – ही भीती अपयशाच्या वेदनेपेक्षा मोठी असते.

मग माणूस प्रयत्न करायचा थांबतो.

कधी कधी, यशाची वाट सोडून सुरक्षित पण निरर्थक मार्ग धरतो.

६. लोक खरंच किती विचार करतात?

लोक 'काय म्हणतात' याचं सत्य असं आहे –

"ते काही काळ म्हणतात... आणि विसरतात."

आपण मात्र त्यांची वाक्यं डोक्यात जपून ठेवतो.

ते एक दिवसाचं टीकास्त्र असतं – आपण त्याचं आयुष्यभराचं बंधन करतो.

७. स्वतःच्या आत्मसन्मानाला प्राधान्य

- तुमचं आत्ममूल्य दुसऱ्यांच्या मान्यतेवर नाही, तुमच्या कृतीवर आहे.
- स्वतःचा आदर ठेवणं ही यशाची पहिली पायरी आहे.
- जेव्हा तुम्ही आत्ममुल्य समजून घेतं, तेव्हा लोकांचं मत अप्रसंगिक वाटायला लागतं.

८. सामाजिक भीतीवर मात करण्याचे प्रॅक्टिकल टूल्स

टूल / सराव	स्पष्टीकरण
1. 'माझं का?' विचारण्याची सवय	प्रत्येक निर्णयाआधी स्वतःला विचारा – मी हे का करतोय? लोकांसाठी की स्वतःसाठी?
2. छोट्या निर्णयांपासून सुरुवात	जिथे तुम्हाला मत मांडायला भीती वाटते – तिथे प्रयत्नपूर्वक उभं राहा
3. सोशल मीडिया ब्रेक	'दिसण्यासाठी जगणं' थांबवण्यासाठी १५ दिवस सोशल मीडिया पासून दूर रहा

4. आत्मनिर्भर संगती तयार करा	जे तुम्हाला प्रोत्साहन देतील, टीका नाही
5. सार्वजनिक अपयश सांगण्याचं धाडस	स्वतःच्या अपयशाविषयी प्रामाणिकपणे बोलण्याचा एक प्रयत्न करा – ते भीती कमी करतं

९. लघुकथा: "स्वरा आणि दुसऱ्यांची नजर"

स्वरा फोटोग्राफर होती. पण लग्नानंतर सासरचं ठाम मत होतं – *"हौशी छंद सोड आणि जबाबदारी पाळ."*

स्वराने DSLR विकून टाकला.

काही वर्षांनी तिच्या मुलीच्या शाळेत 'फोटोग्राफी वर्कशॉप' झालं – स्वाराने शिकवायला volunteered केलं.

तिच्या एका फोटोने राष्ट्रीय बक्षीस जिंकलं.

तेव्हा सासूबाई म्हणाल्या – *"आपलं समाजाचं म्हणणं कधी कधी चुकतंही."*

१०. आत्ममुक्ती म्हणजे काय?

- लोक ऐकतात, बोलतात – पण **तुमचं आयुष्य तुमचंच आहे**
- सामाजिक अपेक्षा लक्षात ठेवा, पण त्यात हरवू नका
- अपयश पचवून, स्वतःच्या गतीने पुढे जाणं – हेच खऱ्या अर्थाने 'यशस्वी' होणं

संक्षिप्त धडे

- "लोक काय म्हणतील?" – हा प्रश्न तुमच्या यशामध्ये अडथळा ठरू शकतो
- अपयश ही लाजिरवाणी गोष्ट नाही – ती शिकण्याची आणि पुढे जाण्याची संधी आहे
- समाज तुमचं जीवन जगत नाही – मग तुम्ही त्यांच्यासाठी का जगता?

उपसंहार

सामाजिक अपेक्षा, दबाव आणि भीती – हे सगळं अपयशाच्या वाटेवर बर्फासारखं अडथळा ठरतं.

पण जेंव्हा तुम्ही स्वतःसाठी निर्णय घेता, स्वतःच्या अपयशाला स्वीकारता, आणि इतरांच्या मतांवर अवलंबून राहणं थांबवता – तेंव्हा खरी प्रगती सुरू होते.

तुमचं यश म्हणजे लोक काय म्हणतात यावर नाही, तर तुम्ही स्वतःविषयी काय अनुभवता – यावर अवलंबून आहे.

✅ **वर्कशीट:** 'लोक काय म्हणतील?' मानसिकतेवर स्व-चिंतन

◆ भाग १: स्वतःचं निरीक्षण

१. मी कोणते निर्णय लोक काय म्हणतील या विचाराने टाळले आहेत?

(किमान ३ लिहा)

-
-

२. मला कोणती स्वप्नं आजही इतरांच्या मतांमुळे नाकारावी लागत आहेत?

-
-

३. माझं स्वतःबद्दलचं मत आणि लोकांचं मत यामध्ये किती फरक आहे?

(स्वतःच्या नजरेतून एक वाक्य, समाजाच्या नजरेतून एक वाक्य लिहा)

- माझं मत:
- लोकांचं मत:

◆ भाग २: भावना समजून घेणं

४. मला 'लोक काय म्हणतील' अशी भीती वाटते तेव्हा मी...

(☑ टिक करा)

☐ चिडचिडतो

☐ शांत राहतो पण मनात गोंधळ असतो

☐ निर्णय टाळतो

☐ दुसऱ्यांच्या सल्ल्यावर अवलंबून राहतो

५. 'मी अपयशी ठरलो' असं वाटलं तर लोक काय म्हणतील – याबाबत माझी सर्वात मोठी भीती कोणती आहे?

-
-

◆ भाग ३: कृती योजना

६. पुढील वेळी लोक काय म्हणतील याची भीती वाटली तर मी स्वतःला कोणता वाक्य सांगणार आहे?

(उदाहरण: "माझं आयुष्य, माझा निर्णय.")

→

७. मी 'लोकांचं मत' बाजूला ठेवून निर्णय घेण्यासाठी हे ३ छोटे पायऱ्या पाळणार आहे:

1.

2.

3.

🛠 टूल्स टेम्प्लेट: सामाजिक भीतीवर मात करण्यासाठी

✴ १. "WHY" चा डायरी टेम्प्लेट

उद्दिष्ट: निर्णय घेण्याआधी स्वतःचा हेतू स्पष्ट करणं

निर्णय	मी का करतोय?	इतरांचं मत का महत्त्वाचं वाटतं?	खरंच ते इतकं महत्त्वाचं आहे का?

✴ २. "अपयशाची कबुली" सराव

दर आठवड्याला एक अपयश लिहा जे तुम्ही कुणाला सांगितलं नाही:

- मी कुठे चुकलो?
- मला काय शिकायला मिळालं?

- जर हे दुसऱ्याने केलं असतं तर मी काय प्रतिक्रिया दिली असती?

(प्रत्येक आठवड्याचा एक पृष्ठ तयार करा)

✴ ३. “माझी व्याख्या” नोट कार्ड

तयार करा एक छोटं कार्ड – दररोज वाचा:

Markdown

CopyEdit

माझं यश म्हणजे: ______________________

माझा आत्मसन्मान इतरांच्या मतावर अवलंबून नाही.

माझ्या चुका, माझे निर्णय – हेच माझं खऱ्या अर्थाने शिक्षण आहे.

✴ ४. "सोशल मीडिया रिॲलिटी चेक"

प्रत्येक पोस्ट पाहताना स्वतःला विचारा:

- हा माणूस खरंच इतकाच यशस्वी आहे का?
- मी त्याच्याशी स्वतःची तुलना का करतोय?
- माझं स्वतःचं यश मी कोणत्या मूल्यांवर मोजतो?

भाग - २१
गैरसमज आणि अपयश – चुकीच्या समजुतींनी हरवलेली दिशा
Misconceptions and Failure – Lost Direction Due to False Beliefs

कधी कधी आपल्याला अपयशाचं कारण योग्य रितीने समजत नाही, आणि खूप वेळा ते चुकीच्या समजुतींमुळे घडतं. आपल्याला नक्कीच समजलं पाहिजे की, काही विचार, पूर्वकल्पना आणि सामान्य गैरसमज असू शकतात जे आपल्याला चुकीच्या निर्णयापर्यंत घेऊन जातात. या प्रकरणात आपण अशाच प्रकारच्या गैरसमजांवर विचार करणार आहोत, ज्यामुळे अपयशाची शक्यता वाढते, आणि त्या गैरसमजांना दूर करण्यासाठी काय उपाययोजना कराव्यात यावर देखील चर्चा करू.

१. गैरसमज म्हणजे काय?

गैरसमज म्हणजे कोणत्याही गोष्टींविषयी अर्धवट, चुकीचा किंवा अपूर्ण अर्थ लावणे. आपल्या आजूबाजूच्या माहितीवरून न घेतलेल्या निर्णयांमुळे अनेकदा आपल्याला खूप मोठं नुकसान होऊ शकतं.

- **अर्धवट ज्ञान:** आपल्या ज्ञानावर आधारित निर्णय घेतल्यास तो आपल्याला चुकीच्या दिशेने नेऊ शकतो.
- **निष्कर्ष काढणे:** प्रत्यक्ष अनुभव आणि विचार करण्याऐवजी, आपण अनेक वेळा ऐकीव माहितीवर आधारित निष्कर्ष काढतो.
- **तात्कालिक विचार:** दीर्घकालीन विचार न करता तात्कालिक फायद्याला अधिक महत्त्व देणे.

२. सामान्य गैरसमज जे अपयशाला कारणीभूत ठरतात

i. यश म्हणजे फक्त पैसा

पैसा हे एक यशाचं मापदंड असू शकतो, पण यशाचं सर्वसमावेशक स्वरूप त्यापेक्षा खूप अधिक आहे. अनेक लोक यशाचं मूल्य फक्त आणि फक्त आर्थिक दृष्टिकोनातून पाहतात. पण वास्तविक यश हे आपल्या आत्मविकास, आनंद, आणि समाजातील योगदानावर देखील आधारित असायला हवं.

ii. अपयश म्हणजे कायमचं नुकसान

आपण अपयशाला एक अंतिम वाईट स्थिती म्हणून पाहतो. पण आपल्याला हे समजून घेतलं पाहिजे की अपयश हे एक महत्त्वाचं टप्पा आहे. प्रत्येक अपयशामध्ये शिकण्याची संधी असते आणि तो एक नवीन मार्ग दर्शवतो.

iii. हुशार माणसालाच अपयश येत नाही

बुद्धिमत्ता केवळ यशासाठीच पुरेशी नाही. आपल्याला परिस्थितीचा समज, त्यावर योग्य प्रतिक्रिया देणे, आणि भावनिक बुद्धिमत्ता या सर्व बाबी यशाच्या पातळीवर परिणाम करतात.

iv. यश एकदाच मिळतं आणि ते टिकवणं सोपं असतं

यश हे एक स्थिर स्थिती नाही. ते सतत बदलतं, आणि त्यासाठी सातत्य आणि नवीन कौशल्यांची आवश्यकता असते. यश मिळवल्यानंतर ते टिकवणं हे एक आव्हान असू शकतं.

v. इतरांनी जे केलंय, तेच करावं म्हणजे यश मिळेल

सर्व लोकांच्या ध्येयांची आणि क्षमता वेगळी असतात. जे काम इतरांनी केले आणि ज्यात यश मिळवले, तेच आपल्यासाठी नेहमी उपयुक्त असं नाही.

३. हे गैरसमज का तयार होतात?

i. समाजातून येणारे संदेश:

सामाजिक आणि सांस्कृतिक व्यवस्थेमध्ये आपण "यश" आणि "अपयश" याबद्दल एकाच प्रकारचे विचार ऐकतो. यामुळे आपण बर्याचदा अर्धवट आणि चुकीचे निष्कर्ष काढतो.

ii. माध्यमांचा प्रभाव:

टीवी, सोशल मीडिया, इ. माध्यमांवर लोक एकदाही अपयश स्वीकारत नाहीत. इतर लोकांच्या जीवनातील फक्त यश दाखवलं जातं. यामुळे आपल्याला यश आणि अपयश याबद्दल चुकीची समज येऊ शकते.

iii. शालेय शिक्षणाचे मर्यादित रूप:

आधुनिक शिक्षण पद्धती जीवन कौशल्यावर तितकं भर देत नाही, ज्यामुळे व्यक्तीला अपयश स्वीकारण्याचं, अनुभवातून शिकण्याचं महत्त्व समजत नाही.

४. अपयशाचं चुकीचं विश्लेषण

i. दोष स्वतःला देणे:

कधी कधी आपल्याला अपयशाच्या वेळी फक्त आपल्यालाच दोष दिला जातो, ज्यामुळे आत्मविश्वास कमी होतो.

ii. परिस्थितीला दोष देणे:

यावेळी आपण आपल्या अपयशाच्या कारणांवर उंच उडी घेतो आणि स्थितीला दोष देऊन आपली जबाबदारी झटकतो.

iii. इतरांशी सतत तुलना करणे:

दुसऱ्यांच्या यशाशी आपली तुलना करणे हे एक अतिशय नकारात्मक दृष्टिकोन आहे. आपण आपल्याच प्रगतीवर लक्ष देणे महत्वाचं आहे.

५. गैरसमज दूर करण्यासाठी काय करावं?

i. माहितीचे स्रोत तपासून बघा:

सोशल मिडियावरून मिळणारी माहिती खूपच सतत बदलणारी आणि असंवेदनशील असू शकते. ते जरी यशाचा आदर्श असलं तरी त्याचे संघर्ष समजून घेतल्याशिवाय निष्कर्ष काढू नका.

ii. अपयशावर मोकळेपणाने चर्चा करा:

अपयशावर चर्चा केल्याने आपल्याला नवीन दृष्टिकोन मिळतो आणि त्यावर विचार करता येतो. अपयश हे जीवनाचा भाग आहे, आणि त्यावर चर्चा करून त्यास सामोरे जाणे आवश्यक आहे.

iii. आत्मपरीक्षण करा:

स्वतःच्या अपयशाची कारणं काय आहेत, हे समजून घेतल्यावर आपल्याला त्यावर काम करायला मदत होईल.

iv. सकारात्मक विचारांची सवय:

आपल्याला अपयशावर फक्त शिकण्याचं विचार ठेवावा लागतो. आपला आत्मविश्वास दृढ असावा लागतो आणि प्रत्येक अपयशाला एक नवीन संधी म्हणून पाहा.

६. अपयशाच्या माध्यमातून गैरसमज दूर झालेले लोक – उदाहरणं

i. अब्दुल कलाम:

शाळेत तो एका सामान्य विद्यार्थ्याप्रमाणेच होता. मात्र, त्याने मेहनतीने आणि शिकण्याची इच्छाशक्तीने स्वतःला शास्त्रज्ञ आणि राष्ट्रपती बनवले.

ii. कोलोनल सँडर्स:

वयाच्या ६५ व्या वर्षी त्याने KFC सुरू केली, अनेक नकारानंतरही त्याने धीर सोडला नाही आणि व्यवसाय जगात आपलं नाव कमावलं.

iii. अमिताभ बच्चन:

अनेक अपयशानंतरही अमिताभ बच्चनने अभिनय क्षेत्रात परत एकदा शिखर गाठलं.

७. यशाची नव्याने व्याख्या

यश हे फक्त परिणाम नाही, तर त्याच्या प्रक्रियेतील आनंद आणि समाधान हाही महत्त्वाचा आहे. आपलं ध्येय गाठणं, छोट्या छोट्या गोष्टींमध्ये यश अनुभवणं, आणि अपयशाच्या वेळी स्वतःला पुन्हा उभं करणं हेच खरे यश आहे.

८. गैरसमज टाळल्याने मिळणारे फायदे

- मानसिक स्पष्टता वाढते.
- आत्मविश्वासाची वृद्धी होते.
- दीर्घकालीन यश मिळवण्याची क्षमता वाढते.

संक्षिप्त धडे

1. गैरसमज म्हणजे अपयशाकडे जाण्याचा लपलेला मार्ग.
2. अपयशाच्या अनुभवातून चुकीचे निष्कर्ष काढणे टाळा.
3. प्रत्येक अपयश तुम्हाला शहाणा बनवतं – त्याकडे संधी म्हणून पाहा.

उपसंहार

गैरसमज हे अपयशाचे छुपे कारण असतात. जोपर्यंत आपण त्या गैरसमजांना ओळखत नाही, तोपर्यंत आपण पुन्हा पुन्हा तेच चुकत राहतो. या प्रकरणातून आपण शिकलं पाहिजे की यशाचा मार्ग म्हणजे अनुभवांवर आधारित आत्मपरीक्षण आणि गैरसमज दूर करून समजूतदारपणाने निर्णय घेणं. यश हा एक सतत बदलणारा प्रवास आहे – तो समजून घेतला, की अपयशाचा दरही कमी होतो.

प्रॅक्टिकल टूल्स

1. **गैरसमज वर्कशीट:** आपल्या जीवनातील प्रमुख गैरसमजांची नोंद करा आणि त्यावर कार्य करण्याचे योजना बनवा.

2. **आत्मपरीक्षण कार्ड:** प्रत्येक अपयशानंतर त्याचा मोकळेपणाने आढावा घ्या. काय शिकायला मिळालं आणि पुढे काय सुधारणा करायला पाहिजे?
3. **सकारात्मक विचारांचे टेम्प्लेट:** प्रत्यक्ष विचारांची पुनरावलोकन करा आणि अपयशासंदर्भातील सकारात्मक दृष्टिकोन ठरवा.

भाग - २२
समाज, संस्कृती आणि अपयश – एक अदृश्य जाळं
Society, Culture, and Failure – The Invisible Web

आधुनिक समाजातील अपयशाच्या भिंती केवळ व्यक्तिगत सीमांमध्ये नाही, तर ते समाजाच्या रूढी, संस्कृती आणि परंपरेत गडलेले असतात. या प्रकरणात, आपण पाहू की समाज कसा अपयशाकडे पाहतो, त्याचा व्यक्तिमत्त्वावर कसा परिणाम होतो, आणि अपयशाच्या माध्यमातून पुढे जाण्याचे काय मार्ग आहेत.

१. समाज म्हणजे काय? आणि तो अपयशात कसा गुंततो?

समाज एक मोठं जाळं आहे ज्यामध्ये आपल्या कुटुंब, नातेवाईक, मित्र, शाळा, कॉलेज, कार्यस्थळ या सर्वांचा समावेश असतो. आपल्यावर या सर्वांचं अप्रत्यक्ष नियंत्रण असतं, ज्यामुळे आपल्याला काही निर्णय घेणं कठीण होतं.

लघुकथा:

कथा: एका लहान गावात, एका युवकाला डॉक्टर बनायचं होतं, पण त्याच्या कुटुंबाने त्याला व्यापारी घराण्यातून आलेल्या मुलाच्या पलीकडं जाण्याचं टाकले. त्या घराच्या पारंपरिक विश्वासांवर आधारित, युवकाला परत व्यापारी व्यवसाय चालवायला सांगण्यात आले. शेवटी, तो यशस्वी डॉक्टर झाला, पण त्याने समाजाच्या दृष्टीने अपयशाला पार करूण आपली दिशा शोधली.

प्रॅक्टिकल टूल्स:

1. आपल्या निर्णयांमध्ये समाजाच्या अपेक्षांपेक्षा स्वतःच्या स्वप्नांना महत्त्व द्या.
2. सामाजिक दबाव असला तरी, स्वतःच्या क्षमता आणि इच्छांवर विश्वास ठेवा.

२. संस्कृती आणि मूल्यव्यवस्थेचा प्रभाव

भारतीय संस्कृतीत "चांगली नोकरी मिळवा" आणि "शादी योग्य वयात करा" या आशयाची छाप असते. या मूल्यांच्या दबावामुळे अनेकांना त्यांचे खरे स्वप्न सोडावे लागतात.

लघुकथा:

कथा: सीमा, एक आत्मविश्वास असलेल्या तरुणीला अभिनयात करिअर करायचं होतं, पण तिच्या कुटुंबाने तिच्यावर डॉक्टर किंवा इंजिनिअर होण्याचा दबाव आणला. परंतु, सीमा आपल्या मार्गावर ठाम राहिली आणि आज ती एक प्रसिद्ध अभिनेत्री आहे. तिच्या कुटुंबाने सुरुवातीला विरोध केला, पण नंतर त्यांनी तिच्या यशावर गर्व केला.

प्रॅक्टिकल टूल्स:

1. आपल्या संस्कृतीतील सकारात्मक मूल्यांचा आदर करा, पण त्यांच्यावर पूर्णपणे आधारित होऊ नका.
2. स्वप्नांसाठी संघर्ष करा, आणि त्याला दिशा देण्यासाठी समाजाच्या दृष्टीतून तडजोड करा.

३. अपयशाच्या भीतीचा सामाजिक पाया

समाजात अपयशाला लाजेचे, आणि त्या व्यक्तीला तिरस्काराने पाहण्याचे एक वातावरण आहे. अनेक जण अपयशाच्या भीतीने प्रयत्न करतच नाहीत.

लघुकथा:

कथा: आदित्य, एक अभियांत्रिक, दोन वर्षे काम करत असताना, एक मोठं अपयश अनुभवला. त्याच्या कुटुंबातील

लोक त्याला दोष देत होते. पण आदित्यने धैर्य दाखवले आणि दुसऱ्या प्रयत्नात यश मिळवला.

प्रॅक्टिकल टूल्स:

1. अपयशाला अंगीकारून त्याचा एक टूल म्हणून वापरा.
2. अपयशावर चर्चा करा, आणि अपयशाचा अनुभव वाढवण्यासाठी इतरांना मार्गदर्शन करा.

४. सामाजिक तुलनांची जाळं

आजकाल सोशल मीडिया आणि इतर प्लॅटफॉर्म्सवर तुलना खूप सामान्य झाली आहे. दुसऱ्यांच्या यशाच्या पार्श्वभूमीवर आपलं अपयश दिसू लागतं.

लघुकथा:

कथा: राज, एक उत्तम शालेय विद्यार्थी, नेहमी दुसऱ्यांशी तुलना करत होता. एक दिवस त्याने स्वतःचे यश मोजलं आणि लक्षात आलं की, त्याच्या वेळेपेक्षा दुसऱ्यांचा प्रवास वेगळा आहे. त्याने ही तुलना सोडून दिली आणि स्वतःचा मार्ग निवडला.

प्रॅक्टिकल टूल्स:

1. इतरांच्या यशाशी तुलना करण्याऐवजी आपला प्रवास महत्त्वाचा ठरवा.
2. सोशल मीडियावर आपली स्वच्छता राखा आणि त्याला प्रेरणा म्हणून वापरा.

५. जात, वर्ग, धर्म आणि अपयश

समाजातील काही वर्गांना शैक्षणिक, आर्थिक आणि सामाजिक संधींचे अडथळे येतात, ज्यामुळे त्यांचा अपयश हा बाह्य कारणांमुळे घडतो.

लघुकथा:

कथा: सुरेश, एक गरीब कुटुंबात जन्मलेला मुलगा, नेहमी आर्थिक मर्यादांमुळे शिक्षण घेऊ शकला नाही. पण त्याने आपल्या मेहनतीने आणि धाडसाने एक छोटा व्यवसाय सुरू केला. तो व्यवसाय त्याला यशस्वी झाला, आणि त्याने जातीच्या भिंतींवर विजय मिळवला.

प्रॅक्टिकल टूल्स:

1. इतरांच्या जात, वर्ग, आणि धर्मावर आधारित विचार करणं टाळा.
2. लोकांना समान संधी देण्याचा प्रयत्न करा आणि त्यांच्या संघर्षांवर सहानुभूती ठेवा.

६. समाजाच्या रचनेत अपयशाचं स्थान

समाज यशाला सन्मान देतो आणि अपयशाला नकार देतो. अपयशामुळे अनेक लोक त्यांच्या भविष्यात नवी संधी शोधायला वाचवले जातात.

लघुकथा:

कथा: आरती, एक उद्यमिता क्षेत्रात कार्यरत महिला, आपल्या अपयशामुळे अनेक वेळा घालवली. पण समाजाने तिला पुन्हा एक संधी दिली आणि तिने एक यशस्वी व्यवसाय सुरु केला. आरतीने आपल्या अपयशाला एक शिक्षण म्हणून घेतले.

प्रॅक्टिकल टूल्स:

1. समाजात अपयशाची मनोवृत्ती बदलून त्याला एक प्रोत्साहन म्हणून स्वीकारा.
2. लोकांना अपयशावरून शिकवण देण्यास सहकार्य करा.

७. अपयशाचं सांस्कृतिक पुनर्निर्माण आवश्यक का?

समाजाने अपयशावर प्रगतीशील दृष्टिकोन ठेवावा, त्यामुळे लोकांमध्ये अधिक प्रयोगशीलता येईल आणि ते अधिक नवा मार्ग शोधू शकतील.

लघुकथा:

कथा: भारतातल्या एका लहान शहरातील शिक्षक, जयप्रकाश, नेहमी विद्यार्थ्यांना अपयशाच्या अनुभवातून शिकवायचे. त्याने विद्यार्थ्यांना यशाच्या सर्व बाजू दाखवून त्यांना वेगळ्या दृष्टिकोनातून विचार करण्याची प्रेरणा दिली.

प्रॅक्टिकल टूल्स:

1. अपयशावर खुलेपणाने चर्चा करा आणि त्याला एक टूल म्हणून वापरा.
2. लोकांच्या अपयशाबद्दल आदर ठेवा आणि त्यांच्याकडून शिकण्याचा प्रयत्न करा.

उपसंहार

समाज आणि संस्कृतीच्या गडद जाळ्यातून बाहेर पडून आपल्याला आपलं यश शोधायचं आहे. यश आणि अपयशाचं मूल्य समाजातील बदलांवर, आणि आपल्या व्यक्तिगत विश्वासांवर अवलंबून आहे. जेव्हा समाज आपल्या अपयशाला स्वीकारेल, तेव्हा लोक आपल्या स्वप्नांचा मागोवा घेतील.

भाग - २३
अपयश आणि कौटुंबिक संबंध – नात्यांवर होणारा परिणाम
Failure and Family – Impact on Relationships

अपयश केवळ व्यक्तीच्या जीवनाचा भाग नसून, ते त्याच्या आजूबाजूच्या लोकांवर देखील प्रभाव टाकते. विशेषतः कौटुंबिक नातेसंबंधांवर. व्यवसायातील तोटा, नोकरी गमावणे, शिक्षणामध्ये अपयश, किंवा वैयक्तिक जीवनातील निर्णयांमध्ये अपयश – प्रत्येक परिस्थितीमध्ये एक व्यक्ती आपल्या कुटुंबीयांकडून समज, आधार आणि समर्थनाची अपेक्षा करत असतो. परंतु, अपयश अनेक वेळा कौटुंबिक तणाव, विसंवाद, आणि दुरावा निर्माण करतो. याचे कारण सामाजिक अपेक्षांच्या ताणातून निर्माण होणारे मानसिक दबाव असतात. या प्रकरणात आपण या सर्व बाबींवर सविस्तर चर्चा करू.

१. अपयशाची मानसिक परिणाम आणि त्याचा कौटुंबिक प्रतिबिंब

अपयशामुळे व्यक्तीमध्ये आत्मविश्वासाचा अभाव, नैराश्य आणि चिंता निर्माण होतात. त्याची भावना जवळच्या व्यक्तीवर पण पडते. कुटुंबीय एखाद्या अपयशी व्यक्तीला हवं असलेलं समजून घेणं विसरतात आणि त्याच्या भावनात्मक स्थितीला विसंगतपणे पाहतात. विशेषतः असे भावनिक दडपण उचललेले असतात जे कुटुंबातील प्रत्येक सदस्यावर परिणाम करतात.

लघुकथा:

प्रवीण, एक सामान्य व्यवसाय असलेला एक व्यक्ती, अपयशामुळे त्याच्या कुटुंबासोबत असलेला संवाद कमी करतो. त्याला त्याच्या पत्नीने समजून घेतलं, आणि ते दोघं मिळून त्याच्या व्यवसायात सुधारणा करण्याचा प्रयत्न करत आहेत. यामुळे त्यांचा विश्वास आणि नातं अधिक मजबूत झालं आहे.

२. अपेक्षांचं ओझं आणि नात्यांतील दडपण

कुटुंबीयांकडून आलेल्या उच्च अपेक्षांमुळे अपयशाच्या प्रसंगी ताण वाढतो. "तू आमचं नाव उंच कर," "तू जबाबदारी घे," असे कधी कधी पालक किंवा जोडीलाही अपेक्षांचे ओझं पडतं. अपयशाचे परिणाम फक्त व्यक्तीपर्यंत सीमित नसून संपूर्ण कुटुंबावर देखील होतात.

प्रॅक्टिकल टूल:

- पालकांनी आपल्या मुलांसाठी स्वच्छ आणि यथार्थ अपेक्षांचा सेट ठरवावा.
- पत्नी किंवा पतीमध्ये एकमेकांच्या कामकाजात आणि कुटुंबातील जबाबदारीत समन्वय राखावा.

३. संवादाचा अभाव आणि वाढती दुरावस्था

अपयशी व्यक्ती अनेकदा अपराधी भावना आणि लाज अनुभवते. यामुळे ती व्यक्ती संवाद साधण्यास टाळते. कुटुंबीय अशा स्थितीत ताण, राग आणि निराशेची भावना व्यक्त करतात. कधी कधी संवादाचं अभाव नात्यांमध्ये तणाव निर्माण करतो.

लघुकथा:

सुनिता आणि राजेश एक विवाहित जोडपं आहेत. राजेशच्या व्यवसायाच्या तोट्यामुळे तो मानसिक तणावात होता. सुनिता नेहमीच त्याच्याशी संवाद साधण्याचा प्रयत्न करत होती, परंतु तो दूर राहायचा. काही आठवड्यांनंतर, सुनिता त्याला समजून घेत, त्याने जे केले ते त्याच्या दृष्टीने असंवेदनशील होते, आणि राजेशने त्याच्याशी संवाद साधला.

४. दोषारोप – अपयशाची चूक कुणाची?

कुटुंबीय अपयशाच्या परिस्थितीमध्ये दोषारोप करतात. "तू ऐकलं असतंस तर," "आम्ही आधीच सांगितलं होतं," अशी वाक्यं सहसा बोलली जातात. या दोषारोपात सहानुभूती आणि समजूत कमी होतात. यामुळे मानसिक आघात होतो आणि नात्यांमध्ये दुरावा येतो.

प्रॅक्टिकल टूल:

- "तुम्ही थोडे चुकले," असं म्हणण्याऐवजी "आपल्याला एकत्र विचार करायला हवं" असे सकारात्मक संवाद वापरा.
- दोषारोप टाळा आणि चुकांमधून शिकण्याची प्रक्रिया चालवा.

५. आर्थिक अपयश आणि घरातील वातावरण

अपयशाच्या कारणांमध्ये आर्थिक ताण मुख्य आहे. व्यवसायातील तोटा किंवा नोकरी गमावल्यामुळे घरातील खर्चावर ताण येतो. यामुळे कुटुंबीयांमध्ये असंतुलन आणि विश्वासाच्या तुटीला कारणीभूत ठरतो.

प्रॅक्टिकल टूल:

- घरातील खर्चांचे नीट नियोजन करा.
- कुटुंबातील सदस्यांसह आर्थिक धोरण ठरवा आणि पारदर्शकता ठेवा.

६. कौटुंबिक सन्मान आणि सामाजिक भीती

कुटुंबीय आणि समाजातील लोक "लोक काय म्हणतील?" यामुळे त्या व्यक्तीला अपयशाची भावना लहान करत आहेत.

अशा मानसिकतेमुळे काही वेळेस अपयशी व्यक्तीला घरातील व्यक्तीही टाकतात. ही मानसिकता बदलायला हवी.

प्रॅक्टिकल टूल:

- "लोक काय म्हणतील?" ही मानसिकता थांबवा.
- एकमेकांना समजून घेणं आणि त्यांना आधार देणं महत्वाचं आहे.

७. अपयश आणि विवाह/नातेसंबंध

व्यावासिक किंवा आर्थिक अपयशामुळे वैवाहिक नात्यात ताण निर्माण होतो. अनेक वेळा जोडप्यांमध्ये विश्वासाचा अभाव, आर्थिक संकट आणि समजूतदारपणाची कमतरता यामुळे नातं तुटण्याच्या उंबरठ्यावर पोहोचते.

लघुकथा:

अजय आणि शालिनी यांच्या विवाहात काही महिन्यांपासून समस्या येत होत्या. अजयला रोजगार न मिळाल्यामुळे शालिनीमध्ये असंतोष निर्माण झाला होता. त्यांनी एकमेकांना समजून घेतली आणि संकटावर मात केली, आणि त्यांचे नातं एक नवीन आधारावर उभं राहिलं.

८. मुलांवर अपयशाचा परिणाम

पालकांमधील अपयश मुलांच्या जीवनावर खोल परिणाम करतो. घरातील आर्थिक संकटामुळे मुलांच्या शिक्षणावर परिणाम होतो. यामुळे त्यांच्या भविष्यात असंवेदनशीलता आणि कमी आत्मविश्वास निर्माण होतो.

प्रॅक्टिकल टूल:

- मुलांशी संवाद साधून त्यांना अस्वस्थ करणाऱ्या समस्यांबद्दल समजून घ्या.
- मुलांना आर्थिक शिक्षण देण्याचा प्रयत्न करा.

९. अपयश पचवणारी कुटुंबं – आधाराचा स्तंभ

काही कुटुंबे अपयशाला नैसर्गिक प्रक्रिया म्हणून पाहतात. त्यात संवाद, समजूत आणि सहकार्यामुळे नात्यात बळकटी येते. अशा कुटुंबांचा आपली एकता ठरवते.

१०. काय करता येईल? – अपयश नात्यांत फूट आणू नये यासाठी उपाय

प्रॅक्टिकल टूल्स:

1. **संवाद कायम ठेवा:** कोणत्याही परिस्थितीत, संवाद बंद होऊ देऊ नका.
2. **दोषारोप टाळा:** अपयशाचा स्वीकार करा आणि शिकण्याचा दृष्टिकोन ठेवा.
3. **भावनिक आधार द्या:** संकटांच्या वेळी एकमेकांना समजून घेतला आणि आधार द्या.
4. **आर्थिक नियोजन आणि पारदर्शकता ठेवा:** कुटुंबातील आर्थिक योजना स्पष्ट करा.
5. **कौटुंबिक समुपदेशन घ्या:** ताण वाढल्यास तज्ज्ञ मार्गदर्शन घेणं.

उपसंहार

अपयश केवळ व्यक्तीच्या जीवनावर परिणाम करत नाही, तर ते कुटुंबीयांवर देखील प्रभाव टाकते. हे अपयश एक सामाजिक आणि कौटुंबिक शिकवण बनू शकते, परंतु त्यासाठी संवाद, समज, आणि आधार आवश्यक आहे. जब आप आपस में एक-दूसरे को समर्थन देते हैं, तब अपयश को अधिक आसानी से पचाया जा सकता है और एक साथ मिलकर मुश्किलें हल की जा सकती हैं.

भाग - २४
अपयश आणि आत्महत्या – तुटलेली आशा
Failure and Suicide – When Hope Shatters

अपयश हा जीवनातला एक भाग असला तरी कधी कधी तो इतका तीव्र आणि दीर्घकालीन होतो की व्यक्तीला निराशा, दुःख, आणि शेवटी आत्महत्येच्या विचारांपर्यंत पोहोचवतो. समाजाची आणि कुटुंबाची अपेक्षांची कचाट्यात अडकलेला व्यक्ती आपले अपयश स्वीकारण्याऐवजी त्याला तोंड देण्यास भीती बाळगतो. ही भीती एकाच वळणावर उभी राहते – "आपण अपयशी ठरलो तर काय होईल?" आत्महत्या ही काही वेळा आपल्या अपयशाचे परिणाम म्हणून समजली जाते, जेव्हा मनुष्य त्याच्याभोवतालच्या सामाजिक दृष्टीकोनातून त्याच्या अपयशाचे मूल्यांकन करतो. या प्रकरणात आपल्याला आत्महत्येच्या मानसिकतेचे कारण, समाजाची भूमिका, आणि त्या संदर्भातील उपाययोजना जाणून घेणार आहोत.

१. आत्महत्येचे मानसिक कारणे

i. समाजिक अपयश आणि प्रतिष्ठेची हानी

समाजातील प्रतिष्ठा आणि मान्यता हा आपल्या जीवनाचा महत्वाचा भाग असतो. आपल्यावर असलेल्या कुटुंबीयांच्या आणि मित्रांच्या अपेक्षांचा विचार करत, आपण समाजाच्या मापदंडावर आपले यश किंवा अपयश मोजतो. अपयशामुळे ते प्रतिष्ठा गमावल्यास व्यक्तीला आत्महत्या करण्याचा विचार येऊ शकतो. उदाहरणार्थ, भारतातील अनेक ठिकाणी समाजातील प्रतिष्ठा किंवा लोकांचे मत याचं महत्त्व खूप असते.

ii. कौटुंबिक दबाव

आपल्या कुटुंबातील सदस्यांची अपेक्षा आणि त्यांची नकारात्मक प्रतिक्रिया ही एक मोठी कारणे असू शकतात. कुटुंबीय त्याच्या अपयशासाठी दोष देतात, ज्यामुळे व्यक्तीला कुठेही आशा दिसत नाही. "तुम्ही यशस्वी का होऊ शकत

नाही?" असे प्रश्न त्याच्या मनात घर करतात. या दबावामुळे अनेक वेळा व्यक्ती स्वतःला एकटा आणि असहाय्य समजून आत्महत्या करण्याच्या विचारात असतो.

iii. मानसिक आणि शारीरिक आरोग्याचे परिणाम

अपयशामुळे मानसिक विकार, चिंता, आणि नैराश्य निर्माण होऊ शकतात. अशा परिस्थितीत, व्यक्ती आत्महत्येच्या विचारांमध्ये अडकतो. याचा थेट परिणाम त्याच्या शारीरिक आरोग्यावर होतो आणि तो विचारांमध्ये अधिक गडबडीत जाऊ शकतो.

२. समाजातील समर्थनाचा अभाव

आपल्या समाजात मानसिक आरोग्याच्या समस्यांवर फारच कमी बोलले जाते. "दोषी" किंवा "कमकुवत" अशी धारणा असलेल्या समाजात, आत्महत्येच्या विचारांसोबत असलेल्या व्यक्तीला कुठेही आधार मिळत नाही. मानसिक विकार किंवा नैराश्य हे समाजात सामान्यपणे अवहेलित केले जाते. त्यामुळे, व्यक्तीला त्याच्या भावनांना बाहेर काढण्याचे मार्ग मिळत नाहीत, आणि तो अधिक अस्वस्थ होतो.

३. यथास्थितीचे धरणे – अपयश आणि यशाच्या व्याख्या

आधुनिक समाजात यश आणि अपयशाचे मापदंड केवळ आर्थिक, सामाजिक आणि बाह्य मान्यतेवर आधारित आहेत. केवळ व्यवसायात यश किंवा शालेय शिक्षणाचा स्तर यावर समाज व्यक्तीला मोजतो. हे इतर व्यक्तींना अपयशाशी संघर्ष करणं अधिक कठीण करतं. जर यशाच्या आणि अपयशाच्या मापदंडात अधिक विविधता आणली, तर त्या अपयशाचे गंभीर परिणाम कमी होऊ शकतात.

४. आत्महत्या आणि मानसिक विकार

आत्महत्या हा मानसिक विकाराच्या प्रभावातून येतो. व्यक्ती ज्या काळात भावनिक अडचणींमध्ये असतो, त्या वेळेस तो अपयशाच्या विचारांनी ग्रस्त होतो. आत्महत्या यथार्थात मानसिक विकारांपासून सुरू होते, आणि म्हणूनच मानसिक उपचारांची आवश्यकता असते. आत्महत्येचा विचार करणाऱ्या व्यक्तीला योग्य मानसोपचार मिळणे अत्यंत महत्त्वाचे आहे.

५. उपाययोजना आणि निराशेच्या धुंदीतून बाहेर पडण्यासाठी उपाय

i. योग्य मानसिक आरोग्य सेवा

आत्महत्येच्या विचारांवर विजय मिळवण्याचा प्राथमिक उपाय म्हणजे मानसिक आरोग्य तज्ञाची मदत घेणे. मनोविकारतज्ज्ञ, सायकॉलॉजिस्ट किंवा सायकायट्रिस्ट यांच्या मदतीने मानसिक अस्वस्थतेवर मात केली जाऊ शकते.

ii. सामाजिक आणि कौटुंबिक आधार

कुटुंबीय आणि मित्रांनी समजूतदारपणाने एकमेकांना सहकार्य केले पाहिजे. एका मजबूत समर्थन प्रणालीच्या सहाय्याने व्यक्तीला पुनः उभं राहता येईल. कुटुंबातील सदस्यांचा समजूतदार दृष्टिकोन आत्महत्येच्या विचारांना थांबवू शकतो.

iii. समाजातील बदल – मानसिक स्वास्थ्याविषयी जागरूकता

समाजातील मानसिक आरोग्याबद्दल जागरूकता निर्माण करणं अत्यंत आवश्यक आहे. जोपर्यंत मानसिक विकारांना कलंक म्हणून पाहिलं जाईल, तोपर्यंत लोक मदतीसाठी येऊ शकत नाहीत. मानसिक विकारांची संवेदनशीलता आणि त्यावर योग्य उपचारांची माहिती दिली पाहिजे.

६. प्रेरणादायक उदाहरणे

i. रवीच्या संघर्षाची कथा

रवी एक उच्चशिक्षित युवक होता, परंतु त्याच्या व्यवसायात अपयश आलं. आर्थिक संकट आणि सामाजिक दबाव त्याला आत्महत्येच्या विचारापर्यंत घेऊन गेले. परंतु त्याने मानसिक स्वास्थ्य तज्ञाची मदत घेतली आणि कुटुंबीयांना सोबत घेत त्याचं जीवन बदललं. आज रवी एक यशस्वी व्यवसायी आहे.

ii. सोनालीचा प्रवास

सोनालीने व्यवसाय सुरू करण्याचा प्रयत्न केला, पण अपयशाला सामोरे जाऊन तिने मानसिक संकटनं जिंकलं. तिच्या कुटुंबाने तिच्या अपयशावर बोट ठेवले, पण तिच्या एका मित्राने तिला समजावले आणि तिचं धैर्य वाढवले. आज सोनालीचा व्यवसाय पुन्हा सुरू आहे.

७. उपसंहार

आत्महत्या आणि अपयशाच्या विचारांमध्ये एक नाजूक रेष आहे. योग्य मानसिक समर्थन, कुटुंबीयांचा आधार आणि सामाजिक समज यामुळे या रेषेचा मार्ग खुला होतो. प्रत्येक अपयशाचे अंतिम यश असू शकते, जर योग्य मार्गदर्शन आणि विश्वास असतील. लोक अपयशाला संधी म्हणून पाहतील, तेव्हा त्या मानसिकतेमुळे जीवनात खऱ्या प्रगतीची सुरूवात होईल.

लघुकथा: "रवीचा संघर्ष"

रवी एक उच्चशिक्षित युवक होता, जो एक प्रतिष्ठित कंपनीत काम करत होता. एका वेळेस त्याला मोठा अपयश आला - त्याची नोकरी गमावली. यामुळे त्याला मानसिक तणाव, चिंता

आणि नैराश्याचे अनुभव आले. त्याच्या कुटुंबातील सदस्यांनी त्याला दोष दिला, आणि तो अजूनच एकटा वाटू लागला. त्याला आत्महत्येचा विचार आला, परंतु त्याने एक मानसिक आरोग्य तज्ञाची मदत घेतली. त्या तज्ञाने त्याला त्याच्या विचारांचे विश्लेषण करण्यात मदत केली आणि त्याला मनोवैज्ञानिक उपचार सुरू करण्याचा सल्ला दिला. रवीने काही आठवड्यांच्या उपचारांनंतर पुन्हा आपल्या आत्मविश्वासाचा पुनर्निर्माण केला आणि एक यशस्वी व्यवसाय सुरू केला.

प्रॅक्टिकल टूल:

1. **मनोवैज्ञानिक उपचारांचा वापर:** मानसिक तणावाच्या चक्रातून बाहेर पडण्यासाठी थेरपी आणि काउन्सलिंगचा वापर करणे.
2. **जवळच्या लोकांशी संवाद:** अपयशाच्या वेळी, आपल्या कुटुंबीयांना, मित्रांना किंवा समजूतदार लोकांना आपल्या भावनांचे शेअर करा.

लघुकथा: "सोनालीचा प्रवास"

सोनालीने आपल्या व्यवसायासाठी मोठ्या प्रमाणावर कर्ज घेतले होते, पण व्यवसाय ठरला नाही. तिच्या कुटुंबाने तिच्या अपयशावर तिला दोष दिला आणि तिचा आत्मविश्वास कमी झाला. तथापि, तिच्या एका मित्राने तिचे धैर्य वाढवले आणि तिला समजावले की अपयश म्हणजे शिकण्याचा एक भाग आहे. सोनालीने या अनुभवाचा उपयोग करून व्यवसायाची नवीन दिशा घेतली. तिने व्यवसायामध्ये सुधारणा केली आणि यशस्वी झाली.

प्रॅक्टिकल टूल:

1. **समाजातील सकारात्मक नेटवर्क:** सकारात्मक आणि प्रेरणादायक लोकांचा आधार घेतलेला चांगला निर्णय असतो.
2. **शिकण्याची मानसिकता:** अपयशाच्या प्रत्येक अनुभवातून काहीतरी शिकण्याचा दृष्टीकोन ठेवा.

लघुकथा: "विनायकचा आत्मविचार"

विनायक एक उत्कृष्ट कलाकार होता, पण त्याला समाजातून जास्त मान्यता मिळाली नव्हती. त्याच्या कामावर तुच्छता व्यक्त केली गेली, आणि तो खूप निराश झाला. त्याला आत्महत्येच्या विचारांनी ग्रस्त केले होते, परंतु त्याच्या जवळच्या मित्राने त्याला सकारात्मक विचारांची आणि आत्मविकसनाची दिशा दिली. त्याने कला पुन्हा सुरू केली, आणि त्याच्या कामाने लोकांच्या मनातील जागा मिळवली.

प्रॅक्टिकल टूल:

1. **आत्मसमर्पण:** परिस्थिती बदलू शकते, म्हणूनच आपला आत्मविश्वास आणि धैर्य कायम ठेवा.
2. **समाजाच्या अभिप्रायाचा दुर्लक्ष करा:** दुसऱ्यांच्या मतांना अति महत्त्व देण्यापेक्षा स्वतःच्या प्रवासावर लक्ष केंद्रित करा.

समारोप: आत्मविश्वास, मानसिक आरोग्य आणि अपयशाचा नवा दृष्टिकोन

वाचकांनो, तुम्ही या पुस्तकाच्या माध्यमातून अपयश, आत्महत्येच्या विचारांशी संबंधित वेदना, आणि त्यांच्या

मानसिक परिणामांची एक विस्तृत आणि गहन चर्चा वाचली आहे. हे सर्व जाणून घेतल्यावर एक गोष्ट स्पष्टपणे समजते, की अपयश आणि आत्महत्येचे विचार जीवनाचा एक भाग असू शकतात, परंतु ते कायमचे ठरवणारे नसतात. आपल्याला ते समजून, त्यावर काबू मिळवून, एक नवीन दिशा दिली जाऊ शकते.

आत्मविश्वास आणि धैर्याची महत्त्वाची भूमिका - अशा धक्कादायक अनुभवांचा सामना करताना, आत्मविश्वास आणि धैर्य हे अत्यंत महत्त्वाचे ठरतात. आपण जेव्हा अपयशाचा अनुभव घेतो, तेव्हा आपला आत्मविश्वास ढासळतो आणि जीवनामध्ये पुढे जाण्याची इच्छा कमी होऊ शकते. मात्र, हे लक्षात घेतल्यास, आत्मविश्वास वाढवणारा एक महत्त्वाचा मार्ग आहे: ते म्हणजे आपले स्वतःचे मूल्य ओळखणे आणि ते आपल्या आंतरिक सामर्थ्यांमध्ये शोधणे.

आपण स्वतःला शक्यता आणि संधी म्हणून पाहिले पाहिजे. अपयश हे एकच अशुभ स्थिती नसून, ते जीवनाच्या प्रवासाचा अविभाज्य भाग आहे. यावर मात करण्यासाठी आपल्याला थोडे अधिक शहाणपण, धैर्य आणि विश्वास आवश्यक आहे.

चुकांपासून शिकण्याची कला: अपयशाची नवी व्याख्या

आपल्या जीवनात अपयश आलं, तरी ते अंतिम नाही. यशाच्या मार्गावर आपल्याला निरंतर शिकायला मिळतं. चुकांमधून शिकून, आपल्याला काय योग्य आहे, काय चुकलं आहे आणि त्यावर सुधारणा कशी करता येईल, हे समजून घ्या. प्रत्येक चूक एक नवीन संधी घेऊन येते. अपयशाची व्याख्या योग्य दृष्टिकोनातून बदलल्यास, ते एक साधन बनू शकते – एक साधन जे आपल्याला पुढे जाण्याची ऊर्जा देते.

1. समाजातील मानसिक आरोग्याबाबत बदलाची आवश्यकता

समाजातील मानसिक आरोग्याविषयी जागरूकता निर्माण करणं अत्यंत आवश्यक आहे. मानसिक विकार किंवा नैराश्य हे सामान्य जीवनातील एक भाग असू शकतात, परंतु समाजात याविषयी असलेल्या दृषटिकोनात मोठा बदल करणे आवश्यक आहे. लोक मानसिक समस्यांवर एक "दोष" म्हणून न पाहता, त्याचा एक गंभीर व्याधी म्हणून स्वीकार करतील, तेव्हाच त्यांना सहकार्य मिळेल.

समाजाने हे समजून घेतल्यास, आपल्याला आपल्या आंतरिक अडचणींबद्दल बोलण्याची मोकळीक मिळेल. जर मानसिक आरोग्याविषयी या जागरूकतेचा विस्तार झाला, तर लोक आत्महत्येच्या विचारांनी ग्रस्त असताना मदतीसाठी येऊ शकतील.

2. यशाच्या एकच व्याख्या: एक सुसंस्कृत दृष्टिकोन

आजच्या समाजात यशाची मापदंड केवळ आर्थिक दृष्टिकोन आणि बाह्य गोष्टींवर आधारित असतात. आपण जी गोष्ट जास्त लक्षात घेतो, ती म्हणजे आपली जीवनशैली, मानसिक स्वास्थ्य, आणि आतली शांतता. यश म्हणजे केवळ मोठे पैसे कमावणे नाही. यश म्हणजे आपल्या जीवनात पूर्णता शोधणे, आपल्या ध्येयाकडे सतत पाऊल टाकणे, आणि त्या मार्गावर येणाऱ्या अपयशांचा आदर करून पुढे जाणे.

तुम्ही जे काही करत आहात ते महत्त्वाचे आहे. जीवनाच्या प्रत्येक टप्प्यावर असलेल्या अडचणींमध्ये शौर्याने आणि शांततेने टिकून राहा. कारण प्रत्येक अपयशातून नवे धडे शिकून आपण कधीही पुन्हा उठून चालू शकतो.

3. आत्महत्या आणि मानसिक विकार: समजून आणि मदतीचा मार्ग

आत्महत्या हा अत्यंत गंभीर मानसिक विकाराचा परिणाम असतो. जोपर्यंत आपल्याला शारीरिक आणि मानसिक आरोग्याच्या महत्त्वाची जाणीव होत नाही, तोपर्यंत या समस्येची योग्य ओळख आणि समाधान शोधणं कठीण होईल. अशा परिस्थितीत, योग्य उपचार आणि मानसिक आरोग्य तज्ज्ञांची मदत अत्यंत महत्त्वाची ठरते.

आपल्याला हे लक्षात घेतले पाहिजे की मानसिक विकार एक "दोष" नाही, ते एक जैविक, मानसिक आणि शारीरिक प्रक्रिया आहे ज्यासाठी उपचार आवश्यक आहेत. आपल्या आयुष्यात एखादी समस्या आली तरी त्यासाठी योग्य मार्गदर्शन मिळवणे हेच अधिक महत्वाचे आहे.

4. समाजाचा आधार: कुटुंब आणि मित्रांची भूमिका

कुटुंब आणि मित्र हे आपल्या जीवनात अपयशाशी लढताना महत्त्वाच्या भूमिका बजावतात. त्यांनी आपल्याला समर्थन, समजूतदारपणा, आणि प्रेम दिलं पाहिजे. कुटुंबातील सदस्यांचा आधार, त्यांच्या विश्वासाचे शब्द, आणि एका चांगल्या मित्राचा सहारा हे आपल्याला अपयशाच्या अंधारातून बाहेर काढू शकतात.

आशेचा प्रकाश देखील कधी कधी एकटे फुलत नाही, तो इतरांच्या सहकार्यानेच प्रकटतो. आपले कुटुंब आणि मित्र आपल्या संघर्षात सोबत असताना, कोणत्याही अपयशावर मात करणे अधिक सोपे होते.

भाग - २५

अपयश ते यश – ९ प्रेरणादायी कथा

From Failure to Success – 9 Inspiring Stories

या भागामध्ये आपण ९ वेगवेगळ्या क्षेत्रांतील व्यक्तींनी अनुभवलेल्या अपयशाच्या कहाण्या, त्यातील संघर्ष, मानसिक आंदोलन, आणि अखेरीस यशाकडे नेणाऱ्या टप्प्यांची मांडणी करणार आहोत. प्रत्येक कथा ही खरी, समर्पक, आणि अंतर्मुख करणारी आहे. प्रत्येकाच्या प्रवासातून वाचकाला मिळणाऱ्या शिकवणुकीसह, काही उपयुक्त साधनं (tools) आणि मार्गदर्शनदेखील दिलं आहे.

कथा १: "रोहित – अपयशी स्टार्टअपचा यशस्वी उद्योजक"

१) भूमिका – स्वप्न पाहणारा तरुण

रोहित पुण्यातला एक तरुण इंजिनिअर. BE पूर्ण झाल्यावर नोकरीची सुरक्षित वाट न निवडता त्याने स्वतःचा स्टार्टअप सुरू करण्याचा धाडसी निर्णय घेतला.

डोळ्यांत चमक होती, मनात कल्पनांची उधळण होती आणि मनात एकच स्वप्न होतं — **"मोबाइल ॲपवर आधारित शिक्षण प्लॅटफॉर्म."**

त्याला वाटायचं, *आपण शिक्षण पद्धतीच बदलून टाकू शकतो.*

२) संकट – स्वप्नांचा पहिला धक्का

३० लाख रुपयांचं भांडवल उभं केलं.६ महिन्यांत १००० युजर्स मिळाले.पण प्रत्यक्षात महसूल नव्हता.फिचर्स वापरले जात नव्हते.

टेक टीम अपुरी होती. मार्केटिंगचं स्पष्ट नियोजन नव्हतं.एक वर्ष पूर्ण होण्याआधीच बँक खातं रिकामं झालं.इन्व्हेस्टर बाहेर पडले.

स्टार्टअप बंद पडलं.रोहित घरी बसून राहिला —हातात डिग्री होती, पण मनात अपयशाचं ओझं.

३) संघर्ष – स्वतःशी लढाई

"मीच चुकीचा आहे का?" "कदाचित मी व्यवसायासाठीच नाही..."

असे प्रश्न रोज मनात घुमायचे.काही महिने तो नैराश्यात गेला.लोक विचारायचे – *'पुढे काय?'*आणि त्याच्याकडे उत्तर नसायचं.

पण एका भेटीत उद्योजक मित्र म्हणाले –"अपयश तेव्हाच खरं ठरतं जेव्हा तू स्वतःवरच विश्वास सोडतोस." ते वाक्य त्याच्या मनात खोलवर रुतलं.

४) पुनर्रचना – अपयशाचं विश्लेषण

रोहितने पहिल्यांदाच अपयशाला दोष न देता त्याचं विश्लेषण केलं. त्याने स्वतःसाठी एक *Failure Review Report* लिहिला—काय चुकलं?

कुठे घाई केली?कुठे अभ्यास कमी पडला?तो Freelance टेक प्रोजेक्ट्स घेऊ लागला. हळूहळू आर्थिक स्थैर्य मिळालं. अनुभव वाढला. आत्मविश्वास परत आला.

दुसऱ्या वर्षी त्याने **लोकल क्लासेससाठी ERP सॉफ्टवेअर** तयार केलं. पहिले ५ ग्राहक मिळाले... मग २०... मग ५०+.

५) यश – नव्या स्वरूपात पुनर्जन्म

आज "**Eduspark Solutions**" या नावाने त्याचं सॉफ्टवेअर,महाराष्ट्रातील ३५० हून अधिक शिक्षण संस्थांमध्ये

वापरलं जातं. तो पुन्हा एकदा स्टार्टअप फाऊंडर आहे —पण आता तो घाईत नाही.

तो शांत आहे. तो शिस्तबद्ध आहे. तो वास्तववादी आहे. आता तो स्वप्न बघतो, पण डोळे उघडे ठेवून.

६) शिकवण – रोहितची गोष्ट आपल्याला काय शिकवते?

- अपयश तुमचं अंतिम रूप नाही — तो फक्त एक टप्पा आहे.
- हार मानण्याआधी स्वतःशी प्रामाणिक संवाद करा.
- व्यवसायात **Speed पेक्षा Strategy जास्त महत्त्वाची असते.**
- प्रत्येक अपयशात पुढच्या यशाचा आराखडा लपलेला असतो.

कथा २ : सुरेश – नाकारलेला शिक्षक ते विद्यार्थ्यांचा आदर्श

१) भूमिका – अपेक्षांचा शिक्षक

सुरेश कदम.- औरंगाबाद जिल्ह्यातील एका जिल्हा परिषदेच्या शाळेत नियुक्त झालेले तरुण शिक्षक. उत्तम शैक्षणिक पार्श्वभूमी होती.

शिक्षणाबद्दल प्रचंड आपुलकी होती.पण वर्गात गेल्यावर चित्र वेगळंच होतं. मुलं त्यांचं शिकवणं गांभीर्याने घेत नव्हती. तासात गोंधळ असायचा. डोळे खिडकीत, लक्ष मैदानावर.

२) संकट – अपयशाचं दार

शिकवण्याची पद्धत पारंपरिक होती —पाटी, वही, पुस्तकी भाषा. वर्गात गोंधळ. मुलांचं लक्ष लागत नव्हतं. पालक तक्रारी करायचे —

“सर शिकवतात, पण मुलांना समजत नाही.”

शाळेच्या तपासणीदरम्यान मुख्याध्यापकांनी स्पष्ट शब्दांत सांगितलं —**“तुम्ही प्रेरक शिक्षक बनत नाही आहात. विचार करा.”**

तो दिवस सुरेश सरांसाठी फार जड होता.घरी परतताना मनात एकच प्रश्न घोळत होता —*“मी चुकतोय का? शिक्षक हे माझं खरंच क्षेत्र आहे का?”*

दोन महिने आत्मविश्वास ढासळलेला. मानसिक थकवा. एकाकीपणा.

३) संघर्ष – बदलाचा निर्णय

एका शनिवारच्या शिक्षक कार्यशाळेत एका मित्राने सहज म्हटलं —**“तू शिकवतोस, पण कधी ऐकतोस का?”**.ते वाक्य थेट काळजावर बसलं.

त्या दिवसापासून सुरेश सर बदलायला लागले.विद्यार्थ्यांशी संवाद सुरू केला. त्यांच्या अडचणी समजून घ्यायला लागले.

शिकवण्याचा नवा विचार केला.

YouTube वर इंटरॅक्टिव्ह एज्युकेशन पाहू लागले. चित्रं, गोष्टी, नाटुकली, डिजिटल स्लाईड्स वापरू लागले. दर आठवड्याला मुलांकडून अभिप्राय घ्यायला सुरुवात केली.

४) पुनर्रचना – शिक्षकाचा पुनर्जन्म

तीन महिन्यांत बदल दिसू लागले. मुले म्हणू लागली —**"सरांचा तास आवडतो."** सुरेश सरांनी "शिक्षण हक्क सप्ताह" उत्सवाच्या स्वरूपात राबवला.

गावकऱ्यांनीही त्यात सहभाग घेतला.आज सुरेश सर जिल्हा स्तरावर **आदर्श शिक्षक** म्हणून ओळखले जातात. त्यांच्या YouTube चॅनलवर ५,००० हून अधिक शिक्षक त्यांचे व्हिडिओ पाहतात.

त्यांच्या वर्गात शंभर टक्के उपस्थिती असते.डोळ्यांत आत्मविश्वास घेऊन त्या काम करत होत्या.आणि मुलं विचारतात — "सर, उद्या कोणती गोष्ट ऐकवणार?"५) शिकवण – सुरेश सर आपल्याला काय शिकवतात?

- शिकवणं म्हणजे फक्त बोलणं नाही — संवाद साधणं असतं.
- विद्यार्थ्यांचा विश्वास जिंकला की अभ्यास आपोआप सुरू होतो.
- शिक्षकाला सतत शिकत राहावं लागतं.

६. टूल्स व मार्गदर्शन:

- **Student Feedback Diary:** आठवड्याला मुलांकडून ३ गोष्टी विचाराव्यात – काय आवडलं, काय समजलं नाही, आणि काय नवीन शिकायचंय?
- **Bloom's Taxonomy Framework:** विचार करण्याच्या पातळ्यांनुसार शिकवणं (Knowledge→ Application → Analysis)

- **Open Source Resources:** Diksha App, YouTube Channels (Teachmint, Khan Academy in Marathi)

कथा: "डॉ. भावना – चुकीच्या निदानातून विश्वासाचे नवे उपचार"

१. भूमिका:

डॉ. भावना कुलकर्णी – एम. बी. बी. एस. व एम.डी. झाल्यावर ग्रामीण भागात सेवा देण्याचा निर्णय घेतला. एका सरकारी हॉस्पिटलमध्ये कार्यरत. नव्या उमेदीनं रुग्ण सेवा सुरू केली होती.

२. संकट – एक चूक, अनेक परिणाम:

एका रात्री अपघातग्रस्त रुग्ण तातडीने दाखल झाला. एक्स-रे, चाचण्या पाहून त्यांनी प्राथमिक निदान केलं – साधा फ्रॅक्चर. दुसऱ्या दिवशी वरिष्ठांनी निदानामध्ये महत्त्वाचा भाग लक्षात आला – अंतर्गत रक्तस्राव.

रुग्णाची स्थिती गंभीर झाली. नंतर दुसऱ्या हॉस्पिटलमध्ये ट्रान्सफर करावा लागला. रुग्ण वाचला, पण नातेवाईक संतप्त होते. भावना यांना मानसिक धक्का बसला. "मी एक डॉक्टर असून इतकी चूक कशी करू शकले?"

३. संघर्ष:

मनात अपराधगंड. सहकारी कुजबुज करत होते. आत्मविश्वास ढासळलेला. काही काळ त्या रात्री पुन्हा पुन्हा आठवत राहिली.

"मी खरंच चांगली डॉक्टर आहे का?" – स्वतःलाच प्रश्न.

तिने दोन महिने स्वतःला कोणत्याही गंभीर केसपासून दूर ठेवलं.

४. पुनर्रचना – जबाबदारीनं उभं राहणं:

एका दिवशी एक वृद्ध रुग्ण तिच्यासमोर बसले – "बेटा, तुझ्यावर विश्वास आहे."

ते वाक्य तिच्या मनात काहीतरी हलवलं. ती पुन्हा स्वतःला उभं करायला लागली.

तीन गोष्टी केल्या:

1. **चुकांचा अभ्यास:** आपल्या निर्णयांची पुनर्रचना
2. Senior Doctors Mentor Circle तयार केला
3. **Soft Skills** – संवाद कौशल्य, समजूतदार भाषा यावर काम केलं

५. यश – पुनः प्रतिष्ठा:

आज डॉ. भावना तिच्या रुग्णालयातील **Patients' Trust Officer** म्हणूनही ओळखल्या जातात.

त्या प्रत्येक नव्या डॉक्टरसाठी एक मेंटर आहेत. "एक चूक म्हणजे अख्खं आयुष्य चुकत नाही," हे त्या स्वतःच्या उदाहरणातून सिद्ध करतात.

६. शिकवण:

- चुकीचा निर्णय तुम्हाला मोडतो, पण पुन्हा उभं राहणं तुम्हाला घडवतो
- वैद्यकीय क्षेत्रात अचूकतेइतकाच **दयेचा आणि संवादाचा दर्जा** महत्त्वाचा

- स्वतःच्या चुकांशी प्रामाणिकपणा – ही यशाची खरी सुरुवात

७. टूल्स आणि मार्गदर्शन:

- **Clinical Error Reflection Template:** चुकांमधून अभ्यास
- **Communication Workshop for Healthcare Professionals**
- **Peer Review Sessions –** केस डिस्कशन आणि फीडबॅक सत्रं

कथा: "अमृता – गॅलरीने नाकारलेली चित्रकार ते डिजिटल आर्टिस्ट"

१. भूमिका:

अमृता – ललित कला शाखेची पदवीधर. चित्रात भावना रंगवणारी, पण व्यावसायिक गॅलऱ्यांनी तिचं काम 'पुरेसं व्यावसायिक नाही' म्हणून नाकारलं.

२. अपयश – स्वप्नांचं मोडणं:

४ गॅलरी, १२ स्पर्धा – सर्व ठिकाणी नकार. एका परीक्षकाने म्हणलं, "हे चित्र Pinterestवर चालेल, प्रदर्शनात नाही."

ती चित्र थांबवून कॉन्टेन्ट रायटिंग करायला लागली. आई म्हणाली – "पोट भरेल ते कर."

३. संघर्ष – आत्मभानाचा शोध:

ती मनात चित्र काढायची. रात्री मोबाईलवर नोट्स लिहायची – "माझ्या चित्रात भावना आहेत. पण बाजारात भावना चालत नाहीत का?"

एका रात्री इंस्टाग्रामवर एक कोरियन आर्टिस्ट दिसली – साधे रेषाचित्र, लाखोंचा प्रतिसाद. तिने पानं उलटली.

४. पुनर्रचना – नवे कॅनव्हास:

तिने Instagram पेज सुरू केलं – '@artbyamruta'

प्रत्येक चित्रामागे एक कथा – "शाळेत पहिली नकार," "पहिली चूक," "पहिलं प्रेम"

१ वर्षात ५०K फॉलोअर्स. पहिला ऑनलाईन आर्ट क्लास सुरू केला.

आज तिच्या डिजिटल प्रिंट्स यूएस, यूके, दुबईमध्ये जातात.

५. शिकवण:

- 'नकार' हे एकदिशात्मक नसतात, ते दिशादर्शकही होऊ शकतात
- भावनांमध्ये ताकद असते – बस त्या पोहोचवायच्या पद्धती बदलतात
- तुमचं कलाकारीचं मूल्य, इतर ठरवत नाहीत – तुम्ही ठरवता

६. टूल्स व मार्गदर्शन:

- **Instagram Portfolio** Strategy
- **Canva, Procreate, ArtRage** – डिजिटल टूल्स

- **Monthly Storytelling Calendar** – प्रत्येक चित्रामागे कथा

कथा: "अनिकेत – UPSC च्या अपयशातून आत्मशोध आणि यश"

अनिकेत साताऱ्याच्या एका लहानशा गावातून आलेला मुलगा. शेतात राबणाऱ्या वडिलांकडे पाहताना तो नेहमी विचार करायचा —

"मी अधिकारी झालो, तर बाबांच्या हातात नांगर नाही, अभिमान असेल."

पहिल्या प्रयत्नात तो नापास झाला. दुसऱ्यांदा देखील. तिसऱ्यांदा मेंसपर्यंत पोचला... पण इंग्रजी निबंधात हरला.

गावात लोक म्हणू लागले, "UPSC सगळ्यांचं होतं का?", "आता शेतीकडे लक्ष दे."

त्या रात्री तो शेताच्या बांधावर बसून खूप वेळ रडला. माती हातात घेऊन म्हणाला —

"मी चुकलो, पण मी थांबणार नाही."

दहा दिवस पुस्तक उघडलंच नाही. फक्त स्वतःशी संवाद साधत राहिला.

४. पुनर्रचना आणि यश:

त्याने ६०% वेळ उत्तरलेखन सरावाला दिला. YouTube आणि टॉपर्सची रणनीती शिकली.

चौथ्या प्रयत्नात मेन्स + इंटरव्ह्यू उत्तीर्ण.

आज तो IAS अधिकारी म्हणून विदर्भात महिला आणि बालकल्याण प्रकल्प चालवतो.

५. शिकवण:

- स्पर्धा परीक्षा म्हणजे फक्त अभ्यास नव्हे, ती आत्मसंधानाची प्रक्रिया आहे
- अपयश म्हणजे दिशा बदलण्याची संधी – स्पर्धा हरणं म्हणजे हरवणं नाही
- यश थोडं उशिरा येतं, पण ते खूप बोलकं असतं

६. टूल्स व मार्गदर्शन:

- **UPSC Revision Tracker**
- **Mains Answer Practice Plan** (100-day)
- **Daily Self-Reflection Journal –** "आज मी काय वेगळं केलं?"

कथा ६: "विकास – पराभवाच्या तिन्ही हंगामांनंतर यशस्वी जैविक शेतकरी"

१. भूमिका:

विकास – नाशिकजवळील एका गावातील तरुण शेतकरी. वडिलांकडून शेती वारसा मिळालेली, पण मनात स्वतः काहीतरी वेगळं करून दाखवायचं होतं. सुरुवात मोठ्या आशेने केली.

२. अपयश – सलग तीन हंगाम नुकसान:

साखर कांद्याचं उत्पादन केलं, पण बाजारात भाव गडगडले. दुसऱ्या वर्षी पीकविमा मिळाला नाही. तिसऱ्या वर्षी कीड लागून संपूर्ण पिकं नष्ट. कर्ज वाढलं. गावात लोक कुजबुज करू लागले – "ह्या पोराला शेती जमणार नाही."

३. संघर्ष – आत्महत्येचा विचार ते आत्मशोध:

एका रात्री, आत्महत्येचा विचार मनात आला. पण लहान मुलीच्या झोपताना म्हटलेल्या "बाबा, उद्या मला बियाणं दाखव ना" या वाक्यानं त्याला अडवलं.

तो म्हणाला – "शेती हरलीये, पण मी अजून हरलो नाही."

४. पुनर्रचना – नव्या पद्धती:

त्याने जैविक शेती शिकण्यास सुरुवात केली. यूट्यूब, कृषी विद्यापीठ, कार्यशाळा.

थेट ग्राहकांना विक्री करायची कल्पना आली – 'शेतातून थेट तुमच्यापर्यंत.'

पहिल्या वर्षी नफा झाला. पुढे ऑनलाईन ऑर्डर सुरू केल्या. मुंबई-पुण्यात आठवड्याला डिलिव्हरी.

५. यश – शाश्वत शेतीचा ब्रँड:

आज "सजग फार्म्स" या नावाने त्याचा ब्रँड ३०० ग्राहकांना नियमित सेवा देतो.

दोन तरुण शेतकऱ्यांना तो प्रशिक्षित करतो. त्याच्या शेतावर आज परदेशी अभ्यासवृत्ती घेणारे विद्यार्थी भेटायला येतात.

६. शिकवण:

- जमिनीप्रमाणे शेतकऱ्याची उमेदही खोल असावी
- शेती ही फक्त व्यवसाय नाही, ती सामाजिक उत्तरदायित्व आहे
- अपयशाने नवे मार्ग दाखवले, जर आपण पाहिलं तर

७. टूल्स व मार्गदर्शन:

- Organic Farming Certification Guide
- Direct-to-Consumer Strategy Template
- Weekly Farm Diary & Crop Health Tracker

कथा: "माधवी – नाकारलेली लेखिका ते स्वखर्चातून बेस्टसेलर"

१. भूमिका:

माधवी कुलकर्णी – इंग्रजी आणि मराठी दोन्ही भाषांमध्ये लेखन करणारी. पहिलं पुस्तक – "गर्दीत हरवलेले चेहरे" – सामाजिक वास्तवावर आधारित. लेखन प्रामाणिक होतं, पण प्रकाशकांच्या मते 'जास्त गंभीर.'

२. अपयश – १० वेळा नकार:

तीन वर्षं, दहा प्रकाशक. सर्वांकडून नकार.

"कथांमध्ये ग्लॅमर नाही," "मार्केट चालणार नाही," "कथांपेक्षा सेलिब्रिटी हवे"

नकारांमुळे ती कोसळली. एक दिवस तिनं लिहिलेलं PDF फोल्डर डिलीट करायचा निर्णय घेतला.

३. संघर्ष – लेखनच सोडून देण्याची तयारी:

तिचा मुलगा म्हणाला – "आई, ही तुझी गोष्ट आहे का? का कुणी सांगू दिली नाही?"

माधवी थबकली. 'माझ्या शब्दांना फॉर्मेट नाही, पण भाव आहेत.'

४. पुनर्रचना – स्वयंप्रकाशन आणि मार्केटिंग:

तिनं स्वतः KDP (Kindle Direct Publishing) वापरलं. एक साधं कव्हर डिझाइन.

सोशल मीडियावर 'स्त्रिया आणि अनुभव' या थीमनं पोस्ट सुरू केल्या.

७० हजार वाचकांनी पहिल्या ३ महिन्यांत पुस्तक डाउनलोड केलं.

५. यश – वाचकांच्या मनाचा स्पर्श:

आज तिचं दुसरं पुस्तक "अभय" टॉप १० मराठी ई-बुक्समध्ये आहे.

ती विविध महिला लेखिकांना स्वतः प्रकाशित होण्यासाठी कार्यशाळा घेते.

६. शिकवण:

- तुमच्या आवाजाला कुणी गप्प केलं, तरी तो तुम्ही ऐकला पाहिजे
- प्रकाशकांची संमती यश ठरवत नाही – वाचकांची प्रतिक्रिया ठरवते
- अपयशानंतर 'स्वतःचा रस्ता' हे यशाचं खरं साधन

७. टूल्स व मार्गदर्शन:

- **KDP Step-by-step Publishing Guide**
- **Author's Social Media Planner**
- **Beta Reader Network** – लिखाण प्रकाशित होण्याआधी फीडबॅक घेणं

कथा: "नीरजा – न्यायालयातील अपयश ते सामाजिक न्यायासाठी आवाज"

१. भूमिका:

नीरजा – LLB झाल्यानंतर एका नामांकित वकिलांच्या हाताखाली काम करत होती. डोळ्यांत स्वप्न होतं – मोठे खटले लढायचे, आणि सामान्य माणसासाठी न्याय मिळवायचा.

२. अपयश – एक चुकीचं खटला आणि आत्मविश्वासाचा हादरा:

एका केसमध्ये नीरजाने पुराव्यांचं व्यवस्थापन नीट न केल्यामुळे कोर्टात केस हरली. तिच्या क्लायंटचं नुकसान झालं आणि तिच्यावर राग व्यक्त झाला. वरिष्ठ वकिलांनी म्हटलं – "अजून वेळ लागेल तुला योग्य होण्यासाठी."

ती दिवसेंदिवस कोर्ट टाळू लागली. आत्मविश्वास गमावला.

३. संघर्ष – मनाचा गोंधळ:

"माझं कायद्यात करिअर असूच शकतं का?," "माझ्या एका चुकेमुळे एखाद्याचं आयुष्य बदललं, मी पात्र नाही"

या विचारांनी ती नैराश्याच्या कड्यावर पोहोचली.

४. पुनर्रचना – स्वरुप बदललं, ध्येय नाही:

तिने NGO सोबत काम करण्यास सुरुवात केली. स्त्रियांच्या कायदेशीर समस्यांवर सल्ला द्यायला सुरुवात केली.

तिथे तिला समजलं – "कायद्याचं काम केवळ कोर्टातच होत नाही."

तिने परत शिक्षण घेऊन Human Rights Law मध्ये विशेषज्ञता घेतली.

५. यश – समाजासाठी वकिली:

आज ती ग्रामीण भागात Legal Literacy Program राबवते. तिच्या मार्गदर्शनाखाली शेकडो स्त्रियांनी कौटुंबिक हिंसाचाराविरुद्ध यशस्वी लढा दिला आहे.

६. शिकवण:

- एखादं क्षेत्र सोडण्याऐवजी, त्याच्यातला नवा मार्ग शोधा
- अपयश म्हणजे तुमचं ध्येय चुकलं नाही, त्याचं साधन बदलतं
- न्यायालयाबाहेरही न्यायाची कामगिरी करता येते

७. टूल्स व मार्गदर्शन:

- **Legal Case Review Diary**
- **Pro Bono Legal Network Joining**
- **Community Legal Awareness Handbook**

कथा: "प्रशांत – कॉर्पोरेट मधून कटऑफ नंतर CEO पर्यंतचा प्रवास"

१. भूमिका:

MBA झाल्यावर त्याला मोठ्या मल्टिनॅशनल कंपनीत जॉब मिळाला होता. कॅबिन, आयडी कार्ड, महिन्याअखेरीचा पगार... आयुष्य जणू ठराविक ट्रॅकवर धावत होतं —

प्रमोशन, प्रोजेक्ट्स आणि बोनस.

२. अपयश – अचानक कंपनीतून काढून टाकणं:

एका क्लायंट प्रोजेक्टमध्ये चुका झाल्या. दोष पूर्णपणे त्याच्यावर फोडला गेला. HR ने सांगितलं – "Your performance has not matched expectations."

सहा वर्षांचा अनुभव एका इमेलमध्ये संपला.

३. संघर्ष – "मी फेल आहे" ची भावना:

प्रशांत ३ महिने कोणतीही नोकरी घेत नव्हता. LinkedIn बंद. कुटुंबाला सांगणं कठीण.

मित्र म्हणाले – "दुसरी नोकरी घे, MBA वाया जाईल."

४. पुनर्रचना – स्वतःचा बिझनेस सुरू करण्याचा निर्णय:

प्रशांतने Freelance Consulting सुरू केलं – SMEs ना Process Improvement मध्ये सल्ला द्यायला लागला.

एका वर्षात १० क्लायंट. पुढे एक बिझनेस कोचिंग फर्म सुरू केली.

५. यश – नेतृत्व, पण आपल्या अटींवर:

आज "ProGro Consultants" नावाने ५०+ कंपन्यांना तो कोचिंग देतो.

त्याने स्वतःच्या अपयशाची कथा TEDx स्टेजवर सांगितली आहे.

६. शिकवण:

- ज्या गोष्टी संपतात, त्या अनेकदा नव्याची सुरुवात असतात
- कॉर्पोरेट मधला पराभव, स्वतःचं मूल्य ठरवत नाही
- स्वतःचा रस्ता तयार करणं हीच खरी प्रोफेशनल यशाची ओळख

७. टूल्स व मार्गदर्शन:

- **Career Exit Reflection Sheet**
- **SME Consulting Framework**
- **Personal Branding Canvas**

समारोप: एक नवीन दृष्टिकोन आणि नवा प्रारंभ

आपल्या जीवनातील अपयशाचा अनुभव एका तासाच्या अंधारासारखा असतो – एक वेळ येते, आणि अंधार नष्ट होतो. आपल्याला विश्वास असावा की आपल्यात एक प्रचंड सामर्थ्य आहे, जे कोणत्याही अपयशावर मात करू शकते. प्रत्येक चूक एक शिकण्याची संधी आहे, आणि प्रत्येक अपयश एक नवीन प्रारंभ असू शकतो.

ज्यावेळी आपण योग्य मार्गदर्शन घेतो, आपल्या मानसिक स्वास्थ्याचा आदर करतो, आणि आपल्या आंतरिक सामर्थ्यावर विश्वास ठेवतो, तेव्हा आपल्याला आत्मविश्वासाने आपल्या जीवनाचा नवीन दिशा निवडता येईल.

अशा मार्गावर चालताना, आपण आपले स्वप्न पुन्हा गाठू शकता आणि जीवनाच्या प्रत्येक टप्प्यावर यश प्राप्त करू शकता. आपल्याला जितके धैर्य आणि विश्वास असतील, तितकेच आपल्याला अपयशातून गती घेऊन यश मिळवता येईल.

स्मरण ठेवा: प्रत्येक अडचण, प्रत्येक अपयश हे एक नवीन संधी आहे – त्या संधीला ओळखा, आणि आपले जीवन पुनर्निर्मित करा.

लेखकाच्या शब्दांतून - रामकृष्ण गायकवाड यांच्याद्वारे:

वाचकांनो,

आपण या पुस्तकातील एक भाग वाचला आणि त्यातून जे काही शिकले, ते आपल्या जीवनात प्रत्यक्षात उतरवण्याचा प्रयत्न केला, तर अपयश आणि मानसिक वेदनांचे विचार आपल्या जीवनाला एक नवा अर्थ आणि दिशा देऊ शकतात. हेच बदलाचे क्षण पुढे जाऊन शाश्वत आणि प्रगतीशील जीवनाची खरी कुंजी ठरू शकतात.

ज्यावेळी अपयश आपल्याला ओढतं, तेव्हा आम्ही ठरवतो की ते आपल्याला संपवून टाकेल. पण, प्रत्यक्षात, अपयश एका पायरीसारखं आहे. प्रत्येक पायरी वर चढल्यानंतर, एक नवीन दृश्य दिसतं आणि नवीन संधी समोर येतात. जीवनाच्या या वळणावर, प्रत्येक चूक, प्रत्येक अपयश, हा एक नवा

शिकवणारा धडा आहे. ह्याच धड्यांमधून आपण घडतो, आपले अस्तित्व अधिक सशक्त बनवतो.

अशा या मानसिक वेदना, आणि अपयशाच्या काठावर उभे राहून कसं पुन्हा उभं राहायचं याच्या कथा फक्त शब्दांच्या धाग्यांमध्ये समेटून सांगता येत नाहीत. यासाठी समजून घेणे आवश्यक आहे की, जीवन एक शाश्वत प्रवास आहे. या प्रवासात जास्त महत्त्व दिले पाहिजे त्या गोष्टींना, जे आपल्याला योग्य दिशा देतात, आपल्याला जोपासतात, आपल्याला विचार करण्याची क्षमता देतात. आणि याच वळणावर, शहाणपण, धैर्य, आणि आत्मविश्वास त्याच दिशेला घेऊन जातात.

आपणास या पुस्तकातून मिळालेल्या सर्व गोष्टी आपल्या जीवनात जागृत करताना, ते लक्षात ठेवा की अपयश हा एक भयानक अनुभव नाही. त्यात आपल्या अस्तित्वाची खोली शोधून, त्यावर पुन्हा उभं राहण्याची संधी आहे. आणि हेच कारण आहे की, "अपयश" या शब्दावर माझ्या आणि तुमच्या हक्काची ठिकाणं बदलू शकतात.

जीवनाला भेटायला प्रत्येकाने तयार व्हावं, कारण आपल्याला प्रत्येक धडकांमध्ये पुढे जाण्याची आणि प्रत्येक विघ्नात नवा आशावाद निर्माण करण्याची संधी मिळते.

आशा आणि आत्मविश्वास कधीही न सोडता, जीवनाच्या पुढील प्रवासात एक नवा दृष्टिकोन दाखविणारा असावा.

रामकृष्ण गायकवाड

लेखक, 'अपयश: एक नवा प्रारंभ'

शिकण्यासारखे ठोस धडे

25 Lessons for Action

1. अपयश ही अंतिम थांबा नाही

Failure is not the final stop.

2. प्रत्येक चूक काहीतरी शिकवते

Every mistake teaches something valuable.

3. शिस्त हे यशाचं खरं शस्त्र

Discipline is the real weapon of success.

4. सामाजिक स्थिती यश ठरवत नाही

Social status does not determine success.

5. ज्ञान, प्रयत्न आणि चिकाटी सर्वोच्च

Knowledge, effort, and persistence matter most.

6. शारीरिक मर्यादा मानसिक यश थांबवू शकत नाहीत

Physical limitations cannot stop mental success.

7. संघर्षाशिवाय विजय नाही

There is no victory without struggle.

8. सातत्याचं मूल्य अपार

Consistency is priceless.

9. छोट्या सवयी मोठं यश देतात

Small habits lead to big success.

10. सेवाभावातून समाधान मिळतं

Serving others brings true fulfillment.

11. वेळेचा योग्य वापर सर्वकाही बदलतो

Effective use of time changes everything.

12. नकार म्हणजे दिशा बदल, उद्दिष्ट नाही

Rejection means change in direction, not the goal.

13. चूक मान्य करणं ही शक्ती आहे

Owning your mistake is true strength.

14. प्रत्येक अपयशात बीज असतं नवीन संधीचं

Every failure contains the seed of a new opportunity.

15. शिक्षण म्हणजे केवळ शाळा नव्हे – अनुभवही गुरु असतो

Education is not just school – experience is a teacher too.

16. आत्मपरीक्षण ही प्रगतीची गुरुकिल्ली आहे

Self-reflection is the master key to growth.

17. स्वतःला ओळखणं म्हणजे जग जिंकणं

Knowing yourself is winning half the world.

18. यशस्वी लोक अपयश झाकत नाहीत, शिकतात त्यातून

Successful people don't hide failure – they learn from it.

19. जीवनशैली हा यशाचा पाया आहे

Lifestyle is the foundation of success.

20. समाजातील विरोधक हे तुमचं बळ बनू शकतात

Critics in society can become your strength.

21. बदल ही एक प्रक्रिया आहे, घटना नव्हे

Change is a process, not an event.

22. थोडी वाट थांबा, पुन्हा उभं रहा

Pause if needed, but rise again.

23. यशस्वी माणसं 'दुसऱ्यांचं मत' या गोष्टीवर अडकत नाहीत

Successful people are not trapped by others' opinions.

24. साधेपणात महानता लपलेली असते

There is greatness hidden in simplicity.

25. यश म्हणजे फक्त बाह्य विजय नव्हे – तर अंतर्गत समाधान देखील

Success is not just external victory, but inner peace too.

21-Day Reflection Plan (अपयशातून आत्मविश्वासाकडे – 21 दिवसांची पुनर्रचना यात्रा)

"21 दिवस एखादी सवय बदलण्यासाठी पुरेसे असतात. पण 21 दिवस स्वतःला समजून घेण्यासाठी आयुष्य बदलू शकतात."

◆ आठवडा 1: स्वतःला समजून घेण्याचा टप्पा (Healing Phase)

Day 1 – वास्तव स्वीकार

लिहा:

- माझं अपयश नेमकं काय आहे?
- मी कुठे तुटलो?

उद्देश: नकार न देता स्वीकार

Day 2 – भावना मोकळ्या करा

लिहा:

- मला सगळ्यात जास्त काय दुखावलं?
- कोणत्या शब्दांनी जखमा झाल्या?

उद्देश: मन हलकं करणे

Day 3 – अपराधगंड सोडणे

लिहा:

- मी स्वतःला कशासाठी दोष देतो?
- त्या चुका खरंच माझ्या होत्या का?

उद्देश: आत्मदोषमुक्ती

Day 4 – स्वतःशी मैत्री

लिहा:

- माझ्या 3 चांगल्या गोष्टी कोणत्या?
- मी कुठे मजबूत आहे?

उद्देश: आत्मसन्मान जागा करणे

Day 5 – तुलना थांबवा

लिहा:

- मी स्वतःची तुलना कोणाशी करतो?
- त्याचा माझ्यावर काय परिणाम होतो?

उद्देश: स्वतःचा प्रवास स्वीकारणे

Day 6 – अपयशाचं अर्थलाघव

लिहा:

- या अपयशाने मला काय शिकवलं?
- मी काय वेगळं करायला शिकलो?

उद्देश: अपयशाला शिक्षक बनवणे

Day 7 – आत्मशांती

10 मिनिट शांत बसून श्वासावर लक्ष ठेवा

लिहा:

"मी अपयशी नाही — मी शिकतोय."

उद्देश: मानसिक स्थैर्य

◆ आठवडा 2: पुनर्रचना टप्पा (Rebuilding Phase)

Day 8 – स्वतःची ओळख

लिहा:

- मला खरंच काय करायचं आहे?
- माझी खरी आवड काय आहे?

Day 9 – क्षमतांची यादी

लिहा:

- माझ्याकडे कोणती कौशल्ये आहेत?
- मी कुठे चमकतो?

Day 10 – भीतीला सामोरे जा लिहा:

- मला सर्वात जास्त कशाची भीती वाटते?
- ती भीती खरी आहे का?

Day 11 – आत्मविश्वास निर्माण

लिहा:

- माझं एक छोटं यश कोणतं?
- ते मी कसं मिळवलं?

Day 12 – दिशानिर्धारण

लिहा:

- पुढील 1 वर्षात मला कुठे पोहोचायचं आहे?

Day 13 – कृती आराखडा

लिहा:

- पुढील 30 दिवसांत मी काय करणार?

Day 14 – नव्या स्वतःशी ओळख

लिहा:

- आज मी कालपेक्षा कसा बदललो आहे?

◆ आठवडा 3: कृती टप्पा (Action Phase)

Day 15 – पहिलं पाऊल

आज एक छोटं पण ठोस पाऊल उचला.

Day 16 – शिस्त

आज distraction टाळून 2 तास फोकस.

Day 17 – शिकणं

आज नवीन काहीतरी शिका.

Day 18 – नेटवर्क

आज एका प्रेरणादायी व्यक्तीशी बोला.

Day 19 – *आत्मपरीक्षण*

आज स्वतःचा दिवस विश्लेषण करा.

Day 20 – *कृतज्ञता*

5 गोष्टी लिहा ज्या मिळाल्या आहेत.

Day 21 – *नव्या मीची घोषणा*

लिहा:

"मी अपयशातून उभा राहिलो आहे.

आता मी थांबणार नाही."

(अपयशातून यशाकडे – 5 टप्प्यांची पुनर्बांधणी पद्धत)

टप्पा 1: ACCEPT – स्वीकार

✔ अपयश नाकारणं थांबवा

✔ त्याला वास्तव म्हणून स्वीकारा

✔ स्वतःला दोष देणं थांबवा

वाक्य: "हे घडलं आहे. आता मी पुढे जाणार आहे."

टप्पा 2: ANALYSE – विश्लेषण

✔ काय चुकलं?

✔ का चुकलं?

✔ कुठे सुधारता येईल?

वाक्य: "हे अपयश मला काहीतरी शिकवायला आलं आहे."

टप्पा 3: RESET – मानसिक पुनर्रचना

✔ जुन्या विचारसरणीला पूर्णविराम

✔ नवा दृष्टिकोन स्वीकारा

✔ आत्मविश्वास पुनर्बांधणी

वाक्य: "मी बदलतोय. मी घडतोय."

टप्पा 4: REBUILD – नव्याने उभं राहणं

✔ नवी कौशल्ये

✔ नवी दिशा

✔ नवा प्लॅन

वाक्य:"मी पुन्हा उभा राहिलो आहे."

टप्पा 5: RISE – भरारी

✔ सातत्य

✔ शिस्त

✔ समर्पण

वाक्य: "मी आता थांबणार नाही."

राखेतून उडणारी भरारी

हे पुस्तक इथे संपत नाही.

इथूनच तुमचा खरा प्रवास सुरू होतो.

कारण अपयश ही तुमची ओळख नाही.

ते तुमचं वर्तमान आहे —पण भविष्य नाही.

तुम्ही हरला आहात, याचा अर्थ तुम्ही संपला आहात असं नाही.

तुम्ही पडला आहात, याचा अर्थ तुम्ही चालू शकत नाही असं नाही.

तुम्ही तुटला आहात, याचा अर्थ तुम्ही पुन्हा उभा राहू शकत नाही असं नाही.

फिनिक्स पक्षी राखेतून जन्म घेतो, असं म्हणतात.

माणूसही तसाच असतो.

अपयशाची राख अंगावर झटकून जो पुन्हा उभा राहतो,तोच खरा विजेता असतो.

आज तुम्ही या पुस्तकाचं शेवटचं पान वाचत आहात.

पण आजच तुमच्या नव्या आयुष्याचं पहिलं पान आहे.

आज निर्णय घ्या.

स्वतःसाठी.

स्वप्नांसाठी.

आणि त्या आयुष्यासाठी

जे तुम्हाला जगायचं आहे.

अंतिम घोषणा

आजपासून...

मी माझ्या अपयशाला माझी ओळख बनवणार नाही.

मी माझ्या भीतीला माझा निर्णय बनवणार नाही.

मी माझ्या भूतकाळाला माझं भविष्य ठरवू देणार नाही.

मी पडेन....... पण उठेन.

मी हरवेन.......... पण शिकेन.

कारण...

मी अपयशी नाही......... मी घडतो आहे.

मी थकणार... पण थांबणार नाही.

अंतिम संदेश

अपयश हा शेवट नाही.तो पुनर्जन्माची सुरुवात आहे.जो माणूस स्वतःवर काम करतो,तोच माणूस नशिब बदलतो.